KINH ĐỊA TẠNG BỒ TÁT BỔN NGUYỆN

Hán dịch: Tam Tạng Pháp Sư Pháp Đăng
Việt dịch: Hòa thượng Thích Trí Tịnh

KINH ĐỊA TẠNG BỒ TÁT BỔN NGUYỆN
SUTRA OF THE PAST VOWS OF EARTH STORE BODHISATTVA
VIETNAMESE EDITION

This text is based on a public domain translation of the *Sutra of the Past Vows of Earth Store Bodhisattva.*

Typesetting, formatting, and layout by VV Books.

Published by VV Books.

MỤC LỤC

QUYỂN HẠ

NGHI THỨC TRÌ TỤNG

Bài tựa Địa Tạng Bồ Tát

Chí Tâm Quy Mạng Lễ:

U Minh Giáo Chủ Bổn Tôn

Địa Tạng Bồ Tát Ma ha tát.

Lạy Đức Từ Bi đại Giáo chủ!

"Địa" là dày chắc - "Tạng" chứa đủ.

Cõi nước phương Nam nổi mây thơm,

Rưới hương, rưới hoa, hoa vần vũ,

Mây xinh, mưa báu số khôn lường

Lành tốt, trang nghiêm cảnh dị thường,

Người, Trời bạch Phật: Nhơn gì thế?

Phật rằng: Địa Tạng đến Thiên đường!

Chư Phật ba đời đồng khen chuộng

Mười phương Bồ Tát chung tin tưởng
Nay con sẵn có thiện nhơn duyên
Ngợi khen Địa Tạng đức vô lượng:
Lòng từ do chứa hạnh lành
Trải bao số kiếp độ sanh khỏi nàn,
Trong tay đã sẵn gậy vàng,
Dộng tan cửa ngục cứu toàn chúng sanh,
Tay cầm châu sáng tròn vìn,
Hào quang soi khắp ba nghìn Đại Thiên.
Diêm Vương trước điện chẳng hiền,
Đài cao nghiệp cảnh soi liền tội căn.
Địa Tạng Bồ Tát thượng nhơn,
Chứng minh công đức của dân Diêm phù!
Đại Bi, Đại Nguyện, Đại Thánh, Đại Từ,
Bổn Tôn Địa Tạng Bồ Tát Ma ha tát. *(câu chót đọc 3 lần)*

Nguyện hương

Nguyện mây hương mầu này

Khắp cùng mười phương cõi

Cúng dường tất cả Phật

Tôn pháp, các Bồ Tát

Vô biên chúng Thanh Văn

Và cả thảy Thánh Hiền.

Duyên khởi đài sáng chói

Trùm đến vô biên cõi

Xông khắp các chúng sanh

Đều phát Bồ đề tâm

Xa lìa những nghiệp vọng

Trọn nên đạo Vô thượng.

Nam mô Hương Cúng Dường Bồ Tát Ma ha tát *(3 lần)*

Bài văn phát nguyện

Lạy Đấng Tam giới tôn
Quy mạng mười phương Phật,
Nay con phát nguyện rộng
Thọ trì Kinh Địa Tạng.
Trên đền bốn ơn nặng
Dưới cứu khổ tam đồ
Nếu có kẻ thấy nghe
Đều phát Bồ đề tâm,
Hết một báo thân này
Sanh qua cõi Cực Lạc
Nam mô Bổn Sư Thích Ca Mâu Ni Phật.

(3 lần)

Bài kệ khai kinh

Pháp vi diệu rất sâu vô lượng

Trăm nghìn muôn ức kiếp khó gặp

Nay con thấy nghe được thọ trì

Nguyện hiểu nghĩa chơn thật của Phật.

Nam mô U minh Giáo chủ hoằng nguyện độ sanh

Địa ngục vị không, thệ bất thành Phật,

Chúng sanh độ tận, phương chứng Bồ đề

Đại Bi, Đại Nguyện, Đại Thánh, Đại Từ,

Bổn Tôn Địa Tạng Bồ Tát Ma ha tát *(3 lần)*

KINH ĐỊA TẠNG BỒ TÁT BỔN NGUYỆN

QUYỂN THƯỢNG

Phẩm thứ nhất

THẦN THÔNG TRÊN CUNG TRỜI ĐAO LỢI

Phật hiện thần thông

Ta nghe như thế này: Một thuở nọ, tại cung trời Đao Lợi, Đức Phật vì Thánh mẫu mà thuyết pháp:

Lúc đó, bất khả thuyết bất khả thuyết tất cả chư Phật và đại Bồ Tát trong vô lượng thế giới ở mười phương đều đến hội họp, rồi đồng khen ngợi rằng:

Đức Phật Thích Ca Mâu Ni có thể ở trong đời ác ngũ trược mà hiện sức "đại trí huệ thần thông chẳng thể nghĩ bàn" để điều phục chúng sanh cang cường làm cho chúng nó rõ "pháp khổ pháp vui".

Khen xong, chư Phật đều sai thị giả kính thăm Đức Thế Tôn.

Bấy giờ, Đức Như Lai mỉm cười phóng ra trăm nghìn vừng mây sáng rỡ lớn. Như là: vừng mây sáng rỡ đầy đủ, vừng mây sáng rỡ đại từ bi, vừng mây sáng rỡ đại trí huệ, vừng mây sáng rỡ đại Bát nhã, vừng mây sáng rỡ đại Tam muội, vừng mây sáng rỡ đại kiết tường, vừng mây sáng rỡ đại phước đức, vừng mây sáng rỡ đại công đức, vừng mây sáng rỡ đại quy y, vừng mây sáng rỡ đại tán thán... Đức Phật phóng ra bất khả thuyết vừng mây sáng sỡ như thế rồi lại phát ra các thứ tiếng vi diệu.

Như là: tiếng Bố thí độ, tiếng Trì giới độ, tiếng Nhẫn nhục độ, tiếng Tinh tấn độ, tiếng Thiền định độ, tiếng Bát nhã độ, tiếng Từ bi, tiếng Hỷ xả, tiếng Giải thoát, tiếng Vô lậu, tiếng Trí huệ, tiếng Sư tử hống, tiếng Đại Sư tử hống, tiếng Mây sấm, tiếng Mây sấm lớn.

Trời, Rồng... hội họp

Khi Đức Phật phát ra bất khả thuyết bất khả thuyết tiếng vi diệu như thế xong, thời có vô lượng ức hàng Trời, Rồng, Quỷ, Thần ở trong cõi Ta Bà và cõi nước phương khác cũng đến hội họp nơi cung trời Đao Lợi.

Như là: Trời Tứ Thiên vương, trời Đao Lợi, trời Tu Diệm Ma, trời Đâu Suất Đà, trời Hóa Lạc, trời Tha Hóa Tự Tại, trời Phạm Chúng, trời Phạm Phụ, trời Đại Phạm, trời Thiểu Quang, trời Vô Lượng Quang, trời Quang Âm, trời Thiểu Tịnh, trời Vô Lượng Tịnh, trời Biến Tịnh, trời Phước Sanh, trời Phước Ái, trời Quảng Quả, trời Nghiêm Sức, trời Vô Lượng

Nghiêm Sức, trời Nghiêm Sức Quả Thiệt, trời Vô Tưởng, trời Vô Phiền, trời Vô Nhiệt, trời Thiện Kiến, trời Thiện Hiện, trời Sắc Cứu Cánh, trời Ma Hê Thủ La, cho đến trời Phi Tưởng, Phi Phi Tưởng xứ. Tất cả Thiên chúng, Long chúng, cùng các chúng Quỷ, Thần đều đến hội họp.

Lại có những vị thần ở cõi Ta Bà cùng cõi nước phương khác, như: Thần biển, Thần sông, Thần rạch, Thần cây, Thần núi, Thần đất, Thần sông chằm, Thần lúa mạ, Thần chủ ngày, Thần chủ đêm, Thần hư không, Thần trên trời, Thần chủ ăn uống, Thần cây cỏ... Các vị Thần như thế đều đến hội họp.

Lại có những Đại Quỷ vương ở cõi Ta Bà cùng cõi nước phương khác, như: Ác Mục Quỷ vương, Đạm Huyết Quỷ vương, Đạm

Tinh Khí Quỷ vương, Đạm Thai Noãn Quỷ vương, Hành Bịnh Quỷ vương, Nhiếp Độc Quỷ vương, Từ Tâm Quỷ vương, Phước Lợi Quỷ vương, Đại Ái Kính Quỷ vương... các Quỷ vương như thế đều đến hội họp.

Đức Phật phát khởi

Bấy giờ, Đức Thích Ca Mâu Ni Phật bảo ngài Văn Thù Sư Lợi Pháp Vương tử đại Bồ Tát rằng: "Ông xem coi tất cả chư Phật, Bồ Tát và Trời, Rồng, Quỷ, Thần đó ở trong thế giới này cùng thế giới khác, ở trong quốc độ này cùng quốc độ khác, nay đều đến hội họp tại cung trời Đao Lợi như thế, ông có biết số bao nhiêu chăng?"

Ngài Văn Thù Sư Lợi bạch Phật rằng: "Bạch Đức Thế Tôn! Nếu dùng thần lực của con để tính đếm trong nghìn kiếp cũng không biết là số bao nhiêu!"

Đức Phật bảo ngài Văn Thù Sư Lợi rằng: "Đến Ta dùng Phật nhãn xem hãy còn không đếm xiết! Số Thánh, phàm này đều là của ngài Địa Tạng Bồ Tát từ thuở kiếp lâu xa đến nay, hoặc đã độ, hoặc đương độ, chưa độ, hoặc đã thành tựu, đang thành tựu, chưa thành tựu."

Ngài Văn Thù Sư Lợi bạch Đức Phật rằng: "Từ thuở lâu xa về trước con đã tu căn lành chứng đặng trí vô ngại, nghe lời Đức Phật nói đó thời tin nhận liền. Còn hàng tiểu quả Thanh Văn, Trời, Rồng tám bộ chúng và những chúng sanh trong đời sau, dầu nghe lời thành thật của Như Lai, nhưng chắc là sanh lòng nghi ngờ, dầu cho có lạy vâng đi nữa cũng chưa khỏi hủy báng. Cúi mong Đức Thế Tôn nói rõ nhơn địa của ngài Địa Tạng Bồ Tát; Ngài tu hạnh gì, lập nguyện gì mà thành tựu được sự không thể nghĩ bàn như thế?"

Đức Phật bảo ngài Văn Thù Sư Lợi rằng: "Ví như bao nhiêu cỏ, cây, lùm, rừng, lúa, mè, tre, lau, đá, núi, bụi bặm trong cõi tam thiên đại thiên, cứ một vật làm một sông Hằng, rồi cứ số cát trong mỗi sông Hằng, một hột cát làm một cõi nước, rồi trong một cõi nước cứ một hột bụi nhỏ làm một kiếp, rồi bao nhiêu số bụi nhỏ chứa trong một kiếp đều đem làm kiếp cả. Từ lúc ngài Địa Tạng Bồ Tát chứng quả vị Thập địa Bồ Tát đến nay nghìn lần lâu hơn số kiếp tỷ dụ ở trên, huống là những thuở ngài Địa Tạng Bồ Tát còn ở bậc Thanh Văn và Bích Chi Phật!"

Này Văn Thù Sư Lợi! Oai thần thệ nguyện của Bồ Tát đó không thể nghĩ bàn được. Về đời sau, nếu có trang thiện nam, người tín thiện nữ nào nghe danh tự của

Địa Tạng Bồ Tát, hoặc khen ngợi, hoặc chiêm ngưỡng vái lạy, hoặc xưng danh hiệu, hoặc cúng dường, nhẫn đến vẽ, khắc, đắp, sơn hình tượng của Địa Tạng Bồ Tát, thời người đó sẽ được một trăm lần sanh lên cõi trời Đao Lợi, vĩnh viễn chẳng còn bị sao đọa vào chốn ác đạo.

Trưởng giả tử phát nguyện

Này Văn Thù Sư Lợi! Trải qua bất khả thuyết bất khả thuyết kiếp lâu xa về trước, tiền thân của ngài Địa Tạng Bồ Tát làm một vị Trưởng giả tử. Lúc đó, trong đời có Đức Phật hiệu là: Sư Tử Phấn Tấn Cụ Túc Vạn Hạnh Như Lai, Trưởng giả tử thấy Đức Phật tướng mạo tốt đẹp nghìn phước trang nghiêm, mới bạch hỏi Đức Phật tu hạnh nguyện gì mà đặng tốt đẹp như thế?

Khi ấy, Đức Sư Tử Phấn Tấn Cụ Túc Vạn

Hạnh Như Lai bảo Trưởng giả tử rằng: "Muốn chứng được thân tướng tốt đẹp này, cần phải trải qua trong một thời gian lâu xa độ thoát tất cả chúng sanh bị khốn khổ."

Này Văn Thù Sư Lợi! Trưởng giả tử nghe xong liền phát nguyện rằng: "Từ nay cho đến tột số chẳng thể kể xiết ở đời sau, tôi vì những chúng sanh tội khổ trong sáu đường giảng bày nhiều phương tiện làm cho chúng đó được giải thoát hết cả, rồi tự thân tôi mới chứng thành Phật đạo."

Bởi ở trước Đức Phật Sư Tử Phấn Tấn Cụ Túc Vạn Hạnh Như Lai, Ngài lập nguyện rộng đó, nên đến nay đã trải qua trăm nghìn muôn ức vô số bất khả thuyết kiếp, mà Ngài vẫn còn làm vị Bồ Tát!

Bà La Môn nữ cứu mẹ

Lại thuở bất khả tư nghị vô số kiếp về trước, lúc đó có Đức Phật hiệu là: Giác Hoa Định Tự Tại Vương Như Lai, Đức Phật ấy thọ đến bốn trăm nghìn muôn ức vô số kiếp. Trong thời Tượng pháp, có một người con gái dòng Bà La Môn, người này nhiều đời chứa phước đức sâu dày, mọi người đều kính nể, khi đi đứng, lúc nằm ngồi, chư Thiên thường theo hộ vệ. Bà mẹ của người mê tín tà đạo, thường khinh khi ngôi Tam Bảo. Thuở ấy, mặc dầu Thánh nữ đem nhiều lời phương tiện khuyên nhủ bà mẹ người, hầu làm cho bà mẹ người sanh chánh kiến, nhưng mà bà mẹ người chưa tin hẳn. Chẳng bao lâu bà ấy chết thần hồn sa đọa vào Vô Gián địa ngục.

Lúc đó, Thánh nữ biết rằng người mẹ

khi còn sống không tin nhân quả, liệu chắc phải theo nghiệp quấy mà sanh vào đường ác. Thánh nữ bèn bán nhà, đất, sắm nhiều hương, hoa cùng những đồ lễ cúng, rồi đem cũng dường tại các chùa tháp thờ Đức Phật Giác Hoa Định Tự Tại Vương. Trong một ngôi chùa kia thấy hình tượng của Đức Phật Giác Hoa Định Tự Tại Vương đắp vẽ oai dung đủ cách tôn nghiêm.

Thánh nữ chiêm bái tượng của Đức Phật lại càng sanh lòng kính ngưỡng, tự nghĩ thầm rằng: "Đức Phật là Đấng Đại giác đủ tất cả trí huệ, nếu Đức Phật còn trụ ở đời, thì khi mẹ tôi khuất, tôi đến bạch hỏi Phật, chắc thế nào cũng rõ mẹ tôi sanh vào chốn nào."

Nghĩ đến đó, Thánh nữ buồn tủi rơi lệ chăm nhìn tượng Như Lai mà lòng quyến luyến mãi.

Bỗng nghe trên hư không có tiếng bảo rằng: "Thánh nữ đương khóc kia, thôi đừng có bi ai quá lắm! Nay Ta sẽ bảo cho ngươi biết chỗ của mẹ ngươi."

Thánh nữ chắp tay hướng lên hư không mà vái rằng: "Đức Thần nào đó mà giải bớt lòng sầu lo của tôi như thế? Từ khi mẹ tôi mất đến nay, tôi thương nhớ ngày đêm, không biết đâu để hỏi cho rõ mẹ tôi thác sanh vào chốn nào?"

Trên hư không lại có tiếng bảo Thánh nữ rằng: "Ta là Đức Phật quá khứ Giác Hoa Định Tự Tại Vương Như Lai mà người đương chiêm bái đó. Thấy ngươi thương nhớ mẹ trội hơn thường tình của chúng sanh, nên Ta đến chỉ bảo."

Thánh nữ nghe nói xong, liền té xỉu xuống, tay chân mình mẩy đều bị tổn thương. Những người đứng bên vội vàng đỡ dậy, một lát sau Thánh nữ mới tỉnh lại rồi bạch cùng trên hư không rằng: "Cúi xin Đức Phật xót thương bảo ngay cho rõ chỗ thác sanh của mẹ con, nay thân tâm của con sắp chết mất!"

Đức Giác Hoa Định Tự Tại Vương Như Lai bảo Thánh nữ rằng: "Cúng dường xong, ngươi mau mau trở về nhà, rồi ngồi ngay thẳng nghĩ tưởng danh hiệu của Ta, thời ngươi sẽ biết chỗ thác sanh của mẹ ngươi."

Lễ Phật xong, Thánh nữ liền trở về nhà. Vì thương nhớ mẹ, nên Thánh nữ ngồi ngay thẳng niệm danh hiệu của Đức Giác Hoa Định Tự Tại Vương Như Lai trải suốt một ngày một đêm. Bỗng thấy thân mình đến một bờ biển kia. Nước trong biển đó sôi sùng sục, có rất nhiều thú dữ thân thể toàn bằng sắt, bay nhảy trên mặt biển, chạy rảo bên này, xua đuổi bên kia.

Thấy những trai cùng gái số nhiều đến nghìn muôn thoạt chìm thoạt nổi ở trong biển, bị các thú dữ giành nhau ăn thịt.

Lại thấy quỷ Dạ Xoa hình thù đều lạ lùng: hoặc nhiều tay, nhiều mắt, nhiều chân, nhiều đầu... răng nanh chĩa ra ngoài miệng bén nhọn dường gươm, lùa những người tội gần thú dữ. Rồi quỷ lại chụp bắt người tội, túm quắp đầu chân người tội lại, hình trạng muôn thứ chẳng dám nhìn lâu.

Khi ấy, Thánh nữ nhờ nương sức niệm Phật nên tự nhiên không kinh sợ.

Có một vị Quỷ vương tên là Vô Độc, đến cúi đầu nghinh tiếp, hỏi Thánh nữ rằng: "Hay thay Bồ Tát! Ngài có duyên sự gì đến chốn này?"

Thánh nữ hỏi Quỷ vương rằng: “Đây là chốn nào?”

Quỷ vương Vô Độc đáp rằng: “Đây là từng biển thứ nhất ở phía Tây núi đại Thiết Vi.”

Thánh nữ hỏi rằng: “Tôi nghe trong núi Thiết Vi có địa ngục, việc ấy có thiệt như thế chăng?”

Vô Độc đáp rằng: “Thiệt có địa ngục.”

Thánh nữ hỏi rằng: “Nay tôi làm sao để được đến chốn địa ngục đó?”

Vô Độc đáp rằng: “Nếu không phải sức oai thần cần phải do nghiệp lực. Ngoài hai điều này ra ắt không bao giờ có thể đến đó được.”

Thánh nữ lại hỏi: “Duyên cớ vì sao mà nước trong biển này sôi sùng sục như thế, và có những người tội cùng với các thú dữ?"

Vô Độc đáp rằng: "Những người tội trong biển này là những kẻ tạo ác ở cõi Diêm Phù Đề mới chết, trong khoảng bốn mươi chín ngày không người kế tự để làm công đức hầu cứu vớt khổ nạn cho; lúc sống, kẻ đó lại không làm được nhân lành nào cả.

Vì thế nên cứ theo nghiệp ác của họ đã gây tạo mà cảm lấy báo khổ ở địa ngục, tự nhiên họ phải lội qua biển này.

Cách biển này mười muôn do tuần về phía Đông lại có một cái biển, những sự thống khổ trong biển gấp bội hơn biển này.

Phía Đông của biển đó lại có một cái

biển nữa, sự thống khổ trong đó càng trội hơn.

Đó đều là do những nghiệp nhân xấu xa của ba nghiệp mà cảm vời ra, đồng gọi là biển nghiệp, chính là ba cái biển này vậy."

Thánh nữ lại hỏi Quỷ vương Vô Độc rằng: "Địa ngục ở đâu?"

Vô Độc đáp rằng: "Trong ba cái biển đó đều là địa ngục, nhiều đến số trăm nghìn, mỗi ngục đều khác nhau. Về địa ngục lớn thời có 18 chỗ, bực kế đó có 500 chỗ đủ không lường sự khổ sở, bực kế nữa có đến nghìn trăm cũng đầy không lường sự thống khổ."

Thánh nữ lại hỏi Quỷ vương rằng: "Thân mẫu của tôi mới khuất gần đây, không rõ thần hồn của người phải sa vào chốn nào?"

Quỷ vương hỏi Thánh nữ rằng: "Thân

mẫu của Bồ Tát khi còn sống quen làm những nghiệp gì?"

Thánh nữ đáp rằng: "Thân mẫu của tôi mê tín tà đạo khinh chê ngôi Tam Bảo, hoặc có lúc tạm thời tin Chánh pháp, xong rồi chẳng kính. Dầu khuất không bao lâu, mà chưa rõ đọa lạc vào đâu?"

Vô Độc hỏi rằng: "Thân mẫu của Bồ Tát tên họ là gì?"

Thánh nữ đáp rằng: "Thân phụ và thân mẫu của tôi đều dòng dõi Bà La Môn. Thân phụ tôi hiệu là Thi La Thiện Kiến. Thân mẫu tôi hiệu là Duyệt Đế Lợi."

Vô Độc chắp tay thưa Thánh nữ rằng: "Xin Thánh nữ hãy trở về, chớ đem lòng thương nhớ buồn rầu quá lắm nữa. Tội nữ Duyệt Đế Lợi được sanh lên cõi trời đến nay đã ba ngày rồi.

Nghe nói nhờ con gái của người có lòng hiếu thuận, vì mẹ mà sắm sửa lễ vật, tu tạo phước lành, cúng dường chùa pháp, thờ Đức Giác Hoa Định Tự Tại Vương Như Lai. Chẳng phải chỉ riêng thân mẫu của Bồ Tát đặng thoát khỏi địa ngục, mà ngày đó những tội nhơn Vô Gián cũng đều được vui vẻ, đồng đặng thác sanh cả."

Nói xong Quỷ Vương chắp tay chào Thánh nữ mà cáo lui.

Bấy giờ, Thánh nữ dường chiêm bao chợt tỉnh, rõ biết việc đó rồi, bèn đối trước tháp tượng của Đức Giác Hoa Định Tự Tại Vương Như Lai mà phát thệ nguyện rộng lớn rằng:

"Tôi nguyện từ nay nhẫn đến đời vị lai những chúng sanh mắc phải tội khổ, thì tôi lập ra nhiều phương chước làm cho chúng đó được giải thoát."

Đức Phật bảo ngài Văn Thù Sư Lợi rằng: "Quỷ vương Vô Độc trước đó nay chính là ông Tài Thủ Bồ Tát. Còn Thánh nữ Bà La Môn đó nay là Địa Tạng Bồ Tát vậy."

Phẩm thứ hai
PHÂN THÂN TẬP HỘI

Hóa thân cùng quyến thuộc

Lúc đó phân thân Địa Tạng Bồ Tát ở các nơi có địa ngục trăm nghìn muôn ức bất khả tư, bất khả nghị, bất khả lượng, bất khả thuyết, vô lượng vô số thế giới đều đến hội họp tại cung trời Đao Lợi.

Do nhờ thần lực của Như Lai, phân thân đó hiệp với những chúng đã được giải thoát ra khỏi chốn nghiệp đạo ở mười phương, cũng đều đông đến số nghìn muôn ức na do tha, đồng cầm hương hoa đến cúng dường Phật.

Những chúng cùng đến với phân thân đó, thảy đều nhờ Địa Tạng Bồ Tát giáo hóa làm cho trụ nơi đạo Vô thượng Chánh đẳng Chánh giác trọn không còn thối chuyển.

Những chúng đó từ kiếp lâu xa cho đến nay trôi lăn trong vòng sanh tử ở trong sáu đường, chịu những điều khổ sở không có lúc nào tạm ngừng dứt, nhờ lòng từ bi lớn và thệ nguyện sâu dày của ngài Địa Tạng Bồ Tát, nên tất cả đều chứng được đạo quả.

Đại chúng đó khi đến cung trời Đao Lợi, lòng họ vui mừng hớn hở, chiêm ngưỡng Đức Như Lai mắt nhìn mãi không rời.

Đức Như Lai an ủi ủy thác

Bấy giờ, Thế Tôn giơ tay sắc vàng xoa đảnh của hóa thân Địa Tạng đại Bồ Tát trong trăm nghìn muôn ức bất khả tư, bất khả nghị, bất khả lượng, bất khả thuyết, vô lượng vô số thế giới, mà dạy rằng: "Ta ở trong đời ác ngũ trược giáo hóa những chúng sanh cang cường như thế, làm cho lòng chúng nó điều phục bỏ tà về chánh; nhưng trong mười phần vẫn còn một hai phần chúng sanh quen theo tánh ác.

Muốn độ chúng đó, Ta cũng phân nghìn trăm ức thân lập ra nhiều phương chước. Trong chúng sanh đó, hoặc có người căn tánh sáng lẹ nghe pháp của Ta thời liền tín nhận. Hoặc có người phải ân cần khuyên bảo mới thành tựu, được thiện quả. Hoặc có kẻ vì tội nghiệp quá nặng nên chẳng đem lòng kính tin ngưỡng mộ.

Ta phân ra nhiều thân độ thoát những hạng chúng sanh mỗi mỗi sai khác như thế. Hoặc hiện ra thân trai, hoặc hiện ra thân gái, hoặc hiện ra thân Trời, Rồng, hoặc hiện ra thân Quỷ, Thần, hoặc hiện ra rừng, núi, sông, ngòi, ao, rạch, suối, làm lợi ích cho mọi người, để rồi độ họ được giải thoát.

Hoặc hiện ra thân Thiên Đế, hoặc hiện ra thân trời Phạm Vương, hoặc hiện ra thân vua Chuyển Luân, hoặc hiện ra thân Quốc Vương, hoặc hiện ra thân Cư Sĩ, hoặc hiện ra thân Tể Phụ, hoặc hiện ra thân các hàng quan thuộc, hoặc hiện ra thân Tỳ kheo, Tỳ kheo ni, Ưu bà tắc, Ưu bà di.

Nhẫn đến hiện ra những thân Thanh Văn, La Hán, Bích Chi Phật và Bồ Tát để hóa độ chúng sanh, chớ chẳng phải chỉ có thân Phật hiện ra trước chúng thôi đâu!

Địa Tạng! Ông xem Ta đã trải qua bao số kiếp nhọc nhằn độ thoát những chúng sanh cang cường đầy tội khổ khó khai hóa như thế. Ngoài ra những kẻ chưa điều phục được, thời phải theo nghiệp thọ báo.

Nếu khi chúng nó có bị đọa vào đường dữ chịu nhiều sự thống khổ, thời ông nên nghĩ nhớ Ta ở cung trời Đao Lợi ân cần phó chúc đây mà gắng độ chúng sanh, làm cho chúng sanh trong cõi Ta Bà này đến lúc Phật Di Lặc ra đời, đều đặng giải thoát khỏi hẳn các điều khổ, gặp Phật, được Đức Phật thọ ký."

Bấy giờ, những hóa thân Địa Tạng Bồ Tát ở các thế giới hiệp chung lại một hình, rơi lệ thương cảm mà bạch cùng Đức Phật rằng: "Từ số kiếp lâu xa đến nay, con nhờ Đức Thế Tôn tiếp độ dắt dìu làm cho con được thần lực chẳng thể nghĩ bàn, đầy đủ trí huệ rộng lớn.

Con phân hiện thân hình ra ở cùng khắp trăm nghìn muôn ức hằng hà sa thế giới. Trong mỗi thế giới hóa hiện trăm nghìn muôn ức thân. Mỗi thân đó hóa độ trăm nghìn muôn ức người, làm cho quy kính ngôi Tam Bảo, khỏi hẳn vòng sanh tử hưởng vui Niết Bàn.

Những chúng sanh nào ở nơi Phật pháp chỉ làm việc lành bằng một sợi lông, một giọt nước, một hột cát, một bụi nhỏ, hoặc chỉ bằng chừng mảy lông tóc, con đều độ thoát lần lần, làm cho chúng nó được lợi ích lớn.

Cúi mong Đức Như Lai chớ vì những chúng sanh ác nghiệp trong đời sau mà sanh lòng lo lắng!..."

Ngài Địa Tạng Bồ Tát bạch cùng Đức Phật ba lần như thế.

Lúc ấy, Đức Phật khen ngài Địa Tạng Bồ Tát rằng: "Hay thay! Hay thay! Ta hộ trợ cho ông được toại nguyện! Từ số kiếp lâu xa đến nay thường phát nguyện rộng lớn, cứu độ tất cả chúng sanh xong rồi, thời ông liền chứng quả Bồ đề."

Phẩm thứ ba

QUÁN CHÚNG SANH NGHIỆP DUYÊN

Phật mẫu thưa hỏi

Lúc đó, Đức Phật mẫu là bà Ma Gia phu nhơn chắp tay cung kính mà hỏi ngài Địa Tạng Bồ Tát: "Thánh giả! Chúng sanh trong cõi Diêm Phù Đề tạo nghiệp sai khác, cảm thọ quả báo ra thế nào?"

Ngài Địa Tạng Bồ Tát đáp rằng: "Trong nghìn muôn thế giới cho đến quốc độ, hoặc nơi thời có địa ngục, nơi thời không địa ngục, hoặc nơi thời có hàng nữ nhân, nơi thời không có hàng nữ nhân, hoặc nơi thời có Phật pháp, nơi thời không có Phật pháp, nhẫn đến bậc Thanh Văn và Bích Chi Phật, v.v.. Cũng sai khác như thế, chớ chẳng phải riêng tội báo nơi địa ngục sai khác thôi đâu!"

Bà Ma Gia phu nhơn lại bạch cùng Bồ Tát rằng: "Tôi muốn nghe tội báo trong cõi Diêm Phù Đề chiêu cảm lấy ác đạo."

Ngài Địa Tạng đáp rằng: "Thánh mẫu! Trông mong ngài lóng nghe nhận lấy, tôi sẽ lược nói việc đó."

Thánh mẫu bạch rằng: "Xin Thánh giả nói cho."

Bồ Tát lược thuật

Bấy giờ, ngài Địa Tạng Bồ Tát thưa Thánh mẫu rằng: "Danh hiệu của những tội báo trong cõi Nam Diêm Phù Đề như dưới đây:

Như có chúng sanh chẳng hiếu thảo với cha mẹ, cho đến giết hại cha mẹ, kẻ đó phải đọa vào Vô Gián địa ngục mãi đến nghìn muôn ức kiếp không lúc nào mong ra khỏi được.

Như có chúng sanh nào có lòng ác, làm thân Phật bị thương chảy máu, khinh chê ngôi Tam Bảo, chẳng kính Kinh điển, cũng phải đọa vào Vô Gián địa ngục, trong nghìn muôn ức kiếp, không lúc nào mong ra khỏi được.

Hoặc có chúng sanh xâm tổn của thường trụ, ô phạm Tăng, Ni, hoặc tứ tình làm sự dâm loạn trong chốn chùa chiền, hoặc giết, hoặc hại... Những chúng sanh đó phải đọa vào Vô Gián địa ngục, trong nghìn muôn ức kiếp, không lúc nào mong ra khỏi được.

Như có chúng sanh giả làm thầy Sa môn kỳ thật tâm chẳng phải Sa môn, lạm dụng của thường trụ, trái phạm giới luật, gạt gẫm hàng bạch y, tạo nhiều điều tội ác. Hạng người như thế phải đọa vào Vô Gián địa ngục, trong nghìn muôn ức kiếp, không lúc nào mong ra khỏi được.

Hoặc có chúng sanh trộm cắp những tài vật lúa gạo, đồ ăn uống y phục v.v.., của thường trụ, cho đến không cho mà lấy một vật, kẻ đó phải đọa vào Vô Gián địa ngục trong nghìn muôn ức kiếp, không lúc nào mong ra khỏi được."

Ngài Địa Tạng Bồ Tát thưa rằng: "Thánh mẫu! Nếu có chúng sanh nào phạm những tội như trên đó thời phải đọa vào địa ngục ngũ Vô Gián, cầu tạm ngừng sự đau khổ chừng khoảng một niệm cũng không được."

Bà Ma Gia phu nhơn lại bạch cùng Địa Tạng Bồ Tát: "Thế nào là Vô Gián địa ngục?"

Ngài Địa Tạng Bồ Tát thưa rằng: "Thánh mẫu! Bao nhiêu địa ngục ở trong núi Thiết Vi, lớn có 18 chỗ, thứ kế đó 500 chỗ danh hiệu đều riêng khác nhau, thứ kế lại có nghìn trăm danh hiệu cũng đều riêng khác nhau.

Nói về địa ngục Vô Gián đó, giáp vòng ngục thành hơn tám muôn dặm, thành đó thuần bằng sắt cao đến một muôn dặm. Lửa cháy trên thành không có chỗ nào hở trống. Trong ngục thành đó có các nhà địa ngục liên tiếp nhau đều có danh hiệu sai khác.

Riêng có một sở ngục tên là Vô Gián. Ngục này châu vi một muôn tám nghìn dặm, tường ngục cao một nghìn dặm, toàn bằng sắt cả. Lửa cháy hực hở suốt trên suốt dưới. Trên tường ngục rắn sắt, chó sắt phun lửa đuổi nhau chạy bên này sang bên kia.

Trong ngục có giường rộng khắp muôn dặm. Một người thọ tội thấy thân mình nằm đầy chật cả giường, đến nghìn muôn người thọ tội cũng đều tự thấy thân của mình nằm đầy chật cả trên giường. Đó là do vì những tội nghiệp đã tạo ra nó cảm với như thế.

Lại những người tội chịu đủ sự khổ sở: trăm nghìn quỷ Dạ Xoa cùng với loài ác quỷ, răng nanh bén nhọn dường gươm, cặp mắt chói sáng như chớp nhoáng, móng tay cứng như đồng, móc ruột bằm chặt.

Lại có quỷ Dạ Xoa khác cầm chĩa lớn bằng sắt đâm vào mình người tội, hoặc đâm trúng miệng mũi, hoặc đâm trúng bụng lưng... rồi dồi lên trên không, lấy chĩa hứng lấy để lại trên giường. Lại có diều hâu bằng sắt mổ mắt người tội.

Lại có rắn sắt cắn đầu người tội. Nơi lóng đốt khắp trong thân thể đều lấy đinh dài đóng xuống giường, kéo lưỡi ra rồi cày bừa trên đó, lôi kéo người tội, nước đồng đổ vào miệng, dây sắt nóng đỏ quấn lấy thân người tội, một ngày một đêm, muôn lần chết muôn lần sống lại. Do vì tội nghiệp mà cảm lấy như thế, trải qua ức kiếp, không lúc nào mong ra khỏi được.

Lúc thế giới này hư hoại thời sanh nhờ qua địa ngục ở thế giới khác. Lúc thế giới khác đó hư hoại thời lại sanh vào cõi khác nữa. Lúc cõi khác đó hư hoại thời cũng xoay vần sanh vào cõi khác. Đến khi thế giới này thành xong thời sanh trở về thế giới này. Những sự tội báo trong ngục Vô Gián như thế đó.

Lại địa ngục đó do có năm điều nghiệp cảm, nên kêu là Vô Gián. Năm điều đó là những gì?

1. Tội nhơn trong đó chịu khổ ngày lẫn đêm, cho đến trải qua số kiếp không lúc nào ngừng ngớt, nên gọi là Vô Gián.
2. Một người tội thân đầy chật cả ngục, nhiều người tội mỗi mỗi thân cũng đều đầy chật cả ngục, nên gọi là Vô Gián.
3. Những khí cụ để hành hình tội nhơn như: chĩa ba, gậy, diều hâu, rắn, sói, chó, cối giã, cối xay, cưa, đục, dao mác, chảo dầu sôi, lưới sắt, dây sắt, lừa sắt, ngựa sắt, da sống niền đầu, nước sắt nóng rưới thân, đói thời ăn

hoàn sắt nóng, khát thời uống nước sắt sôi. Từ năm trọn kiếp, đến vô số kiếp những sự khổ sở nối nhau luôn không một giây ngừng ngớt nên gọi là Vô Gián.

4. Không luận là trai hay gái, Mường, Mán, Mọi rợ, già trẻ, sang hèn, hoặc là Rồng, Trời, hoặc là Thần, là Quỷ, hễ gây tội ác theo đó mà cảm lấy, tất cả đều đồng chịu khổ nên gọi là Vô Gián.

5. Nếu người nào bị đọa vào địa ngục đó, thời từ khi mới vào cho đến trăm nghìn kiếp mỗi một ngày đêm muôn lần chết, muôn lần sống lại, muốn cầu tạm ngừng chừng khoảng một niệm cũng không đặng, trừ khi tội nghiệp tiêu hết mới đặng thọ sanh.

Do vì lẽ liên miên mãi nên gọi là Vô Gián."

Ngài Địa Tạng Bồ Tát thưa Thánh mẫu rằng: "Nói sơ lược về địa ngục Vô Gián như thế. Nếu nói rộng ra thời tên của những khí cụ để hành tội cùng những sự thống khổ trong địa ngục đó, dầu đến suốt một kiếp cũng không thể nào nói cho hết được."

Bà Ma Gia phu nhơn nghe ngài Địa Tạng Bồ Tát nói xong, khôn xiết lo rầu! Bà chắp tay đảnh lễ Bồ Tát mà lui ra.

✵

Phẩm thứ tư

NGHIỆP CẢM CỦA CHÚNG SANH

Bồ Tát vâng chỉ

Lúc đó, ngài Địa Tạng đại Bồ Tát bạch cùng Đức Phật rằng: "Bạch Thế Tôn! Con nương sức oai thần của Đức Như Lai, nên chia thân hình này ở khắp trăm nghìn muôn ức thế giới, để cứu vớt tất cả chúng sanh bị nghiệp báo.

Nếu không nhờ sức đại từ của Đức Như Lai, thời chẳng có thể biến hóa ra như thế được. Nay con lại được Như Lai phó chúc: Từ nay đến khi ngài A Dật Đa thành Phật, làm cho chúng sanh trong sáu đường đều đặng độ thoát. Xin vâng! Bạch Đức Thế Tôn! Xin Đức Thế Tôn chớ lo!"

Bấy giờ, Đức Phật bảo ngài Địa Tạng Bồ Tát rằng: “Những chúng sanh mà chưa được giải thoát, tánh thức của nó không định, hễ quen làm dữ thời kết thành nghiệp báo dữ, còn quen làm lành thời kết thành quả báo lành.

Làm lành cùng làm dữ tùy theo cảnh duyên mà sanh ra, lăn mãi trong năm đường không lúc nào tạm ngừng ngớt, mê lầm chướng nạn trải đến kiếp số nhiều như vi trần.

Ví như loài cá bơi lội trong lưới theo dòng nước chảy, thoạt hoặc tạm được ra, rồi lại mắc vào lưới. Vì thế nên Ta phải lo nghĩ đến những chúng sanh đó.

Đời trước ông chót đã lập nguyện trải qua nhiều kiếp phát thệ rộng lớn độ hết cả hàng chúng sanh bị tội khổ, thời Ta còn lo gì!”

Định Tự Tại Vương bạch hỏi

Khi Đức Phật dạy lời như thế xong, trong pháp hội có vị đại Bồ Tát hiệu là Định Tự Tại Vương ra bạch cùng Đức Phật rằng:

"Bạch Thế Tôn! Từ nhiều kiếp đến nay, ngài Địa Tạng Bồ Tát đã phát thệ nguyện gì, mà nay được Đức Thế Tôn ân cần ngợi khen như thế? Cúi mong Đức Thế Tôn lược nói cho."

Bấy giờ, Đức Thế Tôn bảo ngài Định Tự Tại Vương Bồ Tát: "Lóng nghe! Lóng nghe! Phải khéo suy xét đó, Ta sẽ vì ông mà giảng bày rõ ràng."

Ông vua nước lân cận

Vô lượng vô số na do tha bất khả thuyết kiếp về thuở trước. Lúc đó, có Đức Phật ra đời hiệu là Nhất Thiết Trí Thành Tựu Như

Lai, Ứng Cúng, Chánh Biến Tri, Minh Hạnh Túc, Thiện Thệ, Thế Gian Giải, Vô Thượng Sĩ, Điều Ngự Trượng Phu, Thiên Nhân Sư, Phật, Thế Tôn.

Đức Phật đó thọ sáu muôn kiếp. Khi ngài chưa xuất gia, thời Ngài làm vua một nước nhỏ kia, kết bạn cùng với vua nước lân cận; hai vua đồng thực hành mười hạnh lành làm lợi ích cho nhơn dân.

Nhơn dân trong nước lân cận đó phần nhiều tạo những việc ác. Hai vua cùng nhau bàn tính tìm những phương chước để dắt dìu dân chúng ấy.

Một ông phát nguyện: "Tôi nguyện, sớm thành Phật sẽ độ dân chúng ấy làm cho đều được giải thoát không còn thừa."

Một ông phát nguyện: "Như tôi chẳng trước độ những kẻ tội khổ làm cho đều đặng an vui chứng quả Bồ đề, thời tôi nguyện chưa chịu thành Phật."

Đức Phật bảo ngài Định Tự Tại Vương Bồ Tát rằng: "Ông vua phát nguyện sớm thành Phật đó, chính là Đức Nhất Thiết Trí Thành Tựu Như Lai.

Còn ông vua phát nguyện độ chưa hết những chúng sanh tội khổ thời chưa nguyện thành Phật đó, chính là ngài Địa Tạng Bồ Tát đây vậy."

Quang Mục cứu mẹ

Lại vô lượng vô số kiếp về thuở trước, có Đức Phật ra đời, hiệu là Liên Hoa Mục Như Lai. Đức Phật đó thọ bốn mươi kiếp.

Trong thời Mạt pháp, có một vị La Hán phước đức cứu độ chúng sanh. Nhân vì đi tuần tự giáo hóa mọi người, La Hán gặp một người nữ tên là Quang Mục, nàng này sắm sửa đồ ăn cúng dường La Hán.

La Hán thọ cúng rồi hỏi: "Nàng muốn những gì?"

Quang Mục thưa rằng: "Ngày thân mẫu tôi khuất, tôi làm việc phước thiện để nhờ đó mà cứu vớt thân mẫu tôi, chẳng rõ thân mẫu tôi thác sanh vào đường nào?"

La Hán nghe nói cảm thương bèn nhập định quan sát, thời thấy bà mẹ của Quang Mục đọa vào chốn địa ngục rất khổ sở.

La Hán hỏi Quang Mục rằng: "Thân mẫu người lúc sanh tiền đã làm những hạnh nghiệp gì, mà nay phải đọa vào chốn địa ngục rất khổ sở như thế?"

Quang Mục thưa rằng: "Ngày còn sống, thân mẫu tôi chỉ ưa ăn thịt loài cá trạnh, phần nhiều là hay ăn cá con và trạnh con, hoặc chiên, hoặc nấu, tha hồ mà ăn cho thỏa mãn.

Nếu tính đếm số cá trạnh của người đã ăn thời đến hơn nghìn muôn. Xin Tôn giả thương xót chỉ dạy phải làm cách nào để cứu thân mẫu tôi?"

La Hán xót thương bèn dạy phương chước, Ngài khuyên Quang Mục rằng: "Ngươi phải đem lòng chí thành mà niệm Đức Thanh Tịnh Liên Hoa Mục Như Lai, và vẽ đắp hình tượng Đức Phật, thời kẻ còn cùng người mất đều được phước lợi!"

Quang Mục nghe xong, liền xuất tiền của, họa tượng Phật mà thờ cúng. Nàng lại đem lòng cung kính, khóc than chiêm ngưỡng đảnh lễ tượng Phật.

Đêm đó, nàng chiêm bao thấy thân của Đức Phật sắc vàng sáng chói như hòn núi Tu Di. Đức Phật phóng ánh sáng mà bảo

Quang Mục rằng: "Chẳng bao lâu đây thân mẫu ngươi sẽ thác sanh vào trong nhà của ngươi, khi vừa biết đói lạnh thời liền biết nói."

Sau đó, đứa tớ gái trong nhà sanh một đứa con trai, chưa đầy ba ngày đã biết nói. Trẻ đó buồn khóc mà nói với Quang Mục rằng:

"Nghiệp duyên trong vòng sanh tử phải tự lãnh lấy quả báo. Tôi là mẹ của người, lâu nay ở chốn tối tăm. Từ khi vĩnh biệt người, tôi phải đọa vào đại địa ngục.

Nhờ phước lực của người, nên nay được thọ sanh làm kẻ hà tiện, lại thêm số mạng ngắn ngủi, năm mười ba tuổi đây sẽ bị đọa vào địa ngục nữa. Người có phương thế gì làm cho tôi thoát được khỏi nỗi khổ sở?"

Nghe đứa trẻ nói, Quang Mục biết chắc là mẹ mình. Nàng nghẹn ngào khóc lóc mà nói với đứa trẻ rằng: “Đã là mẹ tôi, thời phải tự biết tội của mình, đã gây tạo hạnh nghiệp chi mà bị đọa vào địa ngục như thế?”

Đứa trẻ đáp rằng: “Do hai nghiệp: giết hại sanh vật và chê bai mắng nhiếc, mà thọ báo khổ. Nếu không nhờ phước đức của người cứu nạn cho tôi, thời cứ theo tội nghiệp đó vẫn còn chưa được thoát khổ.”

Quang Mục hỏi rằng: “Những việc tội báo trong địa ngục ra làm sao?”

Đứa trẻ đáp rằng: “Những việc tội khổ nói ra càng bất nhẫn, dầu đến trăm nghìn năm cũng không thuật hết được.”

Quang Mục nghe xong, than khóc rơi lệ mà bạch cùng giữa hư không rằng: “Nguyện cho thân mẫu của tôi khỏi hẳn địa ngục khi mãn mười ba tuổi không còn có trọng tội cùng không còn đọa vào ác đạo nữa. Xin chư Phật trong mười phương thương xót chứng minh cho tôi, vì mẹ mà tôi phát nguyện rộng lớn như vầy:

Như thân mẫu tôi khỏi hẳn chốn tam đồ và hạng hà tiện cùng thân gái, cùng kiếp không còn thọ những quả báo xấu đó nữa, tôi đối trước tượng của Đức Thanh Tinh Liên Hoa Mục Như Lai mà phát lời nguyện rằng: Từ ngày nay nhẫn về sau đến trăm nghìn muôn ức kiếp, trong những thế giới nào mà các hàng chúng sanh bị tội khổ nơi địa ngục cùng ba ác đạo, tôi nguyện cứu vớt chúng đó làm cho tất cả đều thoát khỏi chốn ác đạo: địa ngục, súc sanh và ngạ quỷ v.v...

Những kẻ mắc phải tội báo như thế thành Phật cả rồi, vậy sau tôi mới thành bậc Chánh giác."

Quang Mục phát nguyện đó xong, liền nghe tiếng của Đức Phật Thanh Tịnh Liên Hoa Mục Như Lai dạy rằng: "Này Quang Mục! Nhà ngươi rất có lòng từ mẫn, vì mẹ mà phát ra lời thệ nguyện rộng lớn như thế thật là hay lắm!

Ta quan sát thấy mẹ nhà ngươi lúc mãn mười ba tuổi, khi bỏ báo thân này sẽ thác sanh làm người Phạm Chí sống lâu trăm tuổi.

Sau đó vãng sanh về cõi nước Vô Ưu sống lâu đến số không thể tính kể.

Sau rốt sẽ thành Phật độ nhiều hạng người, trời, số đông như số cát sông Hằng."

Đức Phật bảo ngài Định Tự Tại Vương Bồ Tát rằng: "Vị La Hán phước lành độ Quang Mục thuở đó, nay chính là Vô Tận Ý Bồ Tát. Thân mẫu của Quang Mục là ngài Giải Thoát Bồ Tát. Còn Quang Mục thời là ngài Địa Tạng Bồ Tát đây vậy. Trong nhiều kiếp lâu xa về trước Ngài có lòng từ mẫn, phát ra hằng hà sa số lời thệ nguyện độ khắp chúng sanh như thế.

Trong đời sau, như có chúng sanh không làm lành mà làm ác, nhẫn đến kẻ chẳng tin nhân quả, kẻ tà dâm, vọng ngữ, kẻ lưỡng thiệt, ác khẩu, kẻ hủy báng Đại thừa. Những chúng sanh có tội nghiệp như thế chắc phải đọa vào ác đạo.

Nếu gặp được hàng Thiện tri thức khuyên Quy y với ngài Địa Tạng Bồ Tát chừng trong khoảng khảy móng tay, những chúng sanh đó liền đặng thoát khỏi báo khổ nơi ba ác đạo.

Nếu người nào có thể quy kính và chiêm ngưỡng đảnh lễ ngợi khen, cùng dâng cúng những y phục, đồ ăn vật uống, các thứ trân bảo... Thời người đó, trong trăm nghìn muôn ức kiếp sau, thường ở trong cõi trời hưởng thọ sự vui thắng diệu. Hoặc lúc phước trời hết, sanh xuống chốn nhân gian, vẫn còn thường làm vị Đế vương trong trăm nghìn kiếp; lại nhớ được cội ngành nhân quả trong các đời trước của mình.

Này Định Tự Tại Vương! Ngài Địa Tạng Bồ Tát có sức oai thần rất lớn không thể nghĩ bàn, nhiều sự lợi ích cho chúng sanh như thế. Các ông, những bậc Bồ Tát, phải ghi nhớ Kinh này hầu tuyên truyền lưu bố rộng ra."

Ngài Định Tự Tại Vương bạch Đức Phật rằng: “Bạch Đức Thế Tôn! Xin Phật chớ lo! Nghìn muôn ức đại Bồ Tát chúng con đều có thể nương oai thần của Phật mà tuyên lưu rộng Kinh này nơi cõi Diêm Phù Đề để cho lợi ích chúng sanh.”

Ngài Định Tự Tại Vương Bồ Tát bạch với Đức Phật xong, bèn cung kính chắp lay lễ Phật mà lui ra.

Tứ Thiên Vương hỏi Phật

Bấy giờ, bốn ông Thiên Vương đồng từ chỗ ngồi đứng dậy cung kính chắp tay mà bạch cùng Đức Phật rằng: “Bạch Đức Thế Tôn! Ngài Địa Tạng Bồ Tát từ kiếp lâu xa nhẫn lại đã phát nguyện rộng lớn như thế, tại sao ngày nay mà vẫn chưa độ hết, Ngài còn phải phát lời nguyện rộng lớn nữa?

Cúi mong Đức Thế Tôn dạy cho chúng con rõ."

Đức Phật bảo bốn vị Thiên Vương rằng: "Hay thay! Hay thay! Nay vì muốn được sự lợi ích cho chúng sanh. Ta vì các ông cùng chúng thiên nhơn ở hiện tại và vị lai, mà nói những sự phương tiện của ngài Địa Tạng Bồ Tát ở trong đường sanh tử nơi Diêm Phù Đề ở Ta Bà thế giới này, vì lòng từ mẫn xót thương mà cứu vớt, độ thoát tất cả chúng sanh mắc phải tội khổ."

Bốn ông Thiên Vương bạch rằng: "Vâng! Bạch Đức Thế Tôn! Chúng con xin muốn được nghe."

Phương tiện giáo hóa

Đức Phật bảo bốn ông Thiên Vương rằng: "Từ kiếp lâu xa nhẫn đến ngày nay, ngài Địa Tạng Bồ Tát độ thoát chúng sanh vẫn còn chưa mãn nguyện, Ngài thương xót chúng sanh mắc tội khổ đời này, lại quan sát vô lượng kiếp về sau, tội khổ cứ lây dây mãi không dứt.

Vì lẽ đó nên Ngài lại phát ra lời trọng nguyện.

Địa Tạng Bồ Tát ở trong cõi Diêm Phù Đề nơi thế giới Ta Bà, dùng trăm nghìn muôn ức phương chước để giáo hóa chúng sanh.

Này bốn ông Thiên Vương! Ngài Địa Tạng Bồ Tát nếu gặp kẻ sát hại loài sanh vật, thời Ngài dạy rõ quả báo vì ương lụy đời trước mà phải bị chết yểu. - Nếu gặp kẻ trộm cắp, thời Ngài dạy rõ quả báo nghèo khốn khổ sở. - Nếu gặp kẻ tà dâm thời Ngài dạy rõ quả báo làm chim Se sẻ, Bồ câu, Uyên ương.

Nếu gặp kẻ nói lời thô ác, thời Ngài dạy rõ quả báo quyến thuộc kình chống nhau. - Nếu gặp kẻ hay khinh chê, thời Ngài dạy rõ quả báo không lưỡi, miệng lở. - Nếu gặp kẻ nóng giận, thời Ngài dạy rõ quả báo thân hình xấu xí tàn tật.

Nếu gặp kẻ bỏn sẻn, thời Ngài dạy rõ quả báo cầu muốn không được toại nguyện. - Nếu gặp kẻ buông lung săn bắn, thời Ngài dạy rõ quả báo kinh hãi điên cuồng mất mạng.

Nếu gặp kẻ trái nghịch cha mẹ, thời Ngài dạy rõ quả báo trời đất tru lục. - Nếu gặp kẻ đốt núi rừng cây cỏ, thời Ngài dạy rõ quả báo cuồng mê đến chết. - Nếu gặp cha ghẻ, mẹ ghẻ ăn ở độc ác, thời Ngài dạy rõ quả báo thác sanh trở lại hiện đời bị roi vọt.

Nếu gặp kẻ dùng lưới bắt chim non, thời Ngài dạy rõ quả báo cốt nhục chia lìa. - Nếu gặp kẻ hủy báng Tam Bảo, thời Ngài dạy rõ quả báo đui, điếc, câm, ngọng.

Nếu gặp kẻ khinh chê giáo pháp thời Ngài dạy rõ quả báo ở mãi trong ác đạo. - Nếu gặp kẻ lạm phá của thường trụ, thời Ngài dạy rõ quả báo ức kiếp luân hồi nơi địa ngục. - Nếu gặp kẻ ô nhục người hạnh thanh tịnh và vu báng Tăng già, thời Ngài dạy rõ quả báo ở mãi trong loài súc sanh.

Nếu gặp kẻ dùng nước sôi hay lửa, chém chặt, giết hại sanh vật, thời Ngài dạy rõ quả báo phải luân hồi thường mạng lẫn nhau. - Nếu gặp kẻ phá giới phạm trai, thời Ngài dạy rõ quả báo cầm thú đói khát.

Nếu gặp kẻ phung phí phá tổn của cải một cách phi lý, thời Ngài dạy rõ quả báo tiêu dùng thiếu hụt. - Nếu gặp kẻ tao ta kiêu mạn cống cao, thời Ngài dạy rõ quả báo hèn hạ bị người sai khiến.

Nếu gặp kẻ đâm chọc gây gổ, thời Ngài dạy rõ quả báo không lưỡi hay trăm lưỡi. - Nếu gặp kẻ tà kiến mê tín, thời Ngài dạy rõ quả báo thọ sanh vào chốn hẻo lánh.

Những chúng sanh trong cõi Diêm Phù Đề, từ nơi thân khẩu ý tạo ác, kết quả trăm nghìn muôn sự báo ứng như thế, nay chỉ nói sơ lược thôi.

Những nghiệp cảm sai khác của chúng sanh trong chốn Diêm Phù Đề như thế, Địa Tạng Bồ Tát dùng trăm nghìn phương chước để giáo hóa đó.

Những chúng sanh ấy trước phải chịu lấy các quả báo như thế, sau lại đọa vào địa ngục trải qua nhiều kiếp không lúc nào thoát khỏi.

Vì thế nên các ông là bậc hộ vệ người cùng bảo trợ cõi nước, chớ để những nghiệp chướng đó nó làm mê hoặc chúng sanh."

Bốn ông Thiên Vương nghe xong, rơi lệ than thở chắp tay lễ Phật mà lui ra.

KINH ĐỊA TẠNG BỒ TÁT BỔN NGUYỆN QUYỂN THƯỢNG HẾT

Bổn nguyện Địa Tạng.

Đao Lợi thiên cung,

Thần thông hiển hóa độ quần mông,

Đời ngũ trược khó thông,

Chúng sanh cang cường,

Ham vui khổ vô cùng.

Nam mô Thường Trụ Thập Phương Phật.

(3 lần)

Nam mô Địa Nguyện Địa Tạng Vương Bồ Tát Ma ha tát. *(3 lần)*

KINH ĐỊA TẠNG BỒ TÁT BỔN NGUYỆN

QUYỂN TRUNG

Phẩm thứ năm

DANH HIỆU CỦA ĐỊA NGỤC

Phổ Hiền hỏi

Lúc đó, ngài Phổ Hiền Bồ Tát thưa cùng ngài Địa Tạng Bồ Tát rằng: “Thưa Nhơn giả! Xin Ngài vì trời, rồng, bát bộ và tất cả chúng sanh ở hiện tại cùng vị lai, mà nói danh hiệu của những địa ngục là chỗ thọ báo của hạng chúng sanh bị tội khổ ở trong cõi Ta Bà cùng Diêm Phù Đề này, và nói những sự về quả báo không lành. Làm cho chúng sanh trong thời Mạt pháp sau này biết rõ những quả báo đó.”

Ngài Địa Tạng Bồ Tát đáp rằng: “Thưa Nhơn giả! Nay tôi nương oai thần của Đức Phật cùng oai lực của Ngài mà nói danh hiệu của các địa ngục, cùng những sự về tội báo và ác báo.

Danh hiệu của địa ngục

Thưa Nhơn giả! Phương Đông của Diêm Phù Đề có dãy núi tên là Thiết Vi. Dãy núi đó tối thẳm không có ánh sáng của mặt trời, mặt trăng, trong đó có địa ngục lớn tên là cực Vô Gián.

Lại có địa ngục tên là đại A Tỳ, lại có địa ngục tên là Tứ Giác, lại có địa ngục tên là Phi Đao, lại có địa ngục tên là Hỏa Tiễn, lại có địa ngục tên là Giáp Sơn, lại có địa ngục tên là Thông Thương.

Lại có địa ngục tên là Thiết Xa, lại có địa ngục tên là Thiết Sàng, lại có địa ngục tên là Thiết Ngưu, lại có địa ngục tên là Thiết Y, lại có địa ngục tên là Thiên Nhẫn, lại có địa ngục tên là Thiết Lư.

Lại có địa ngục tên là Dương Đồng, lại có địa ngục tên là Bảo Trụ, lại có địa ngục tên là Lưu Hỏa, lại có địa ngục tên là Canh Thiệt, lại có địa ngục tên là Tỏa Thủ, lại có địa ngục tên là Thiêu Cước.

Lại có địa ngục tên là Đạm Nhãn, lại có địa ngục tên là Thiết Hoàn, lại có địa ngục tên là Tránh Luận, lại có địa ngục tên là Thiết Thù, lại có địa ngục tên là Đa Sân..."

Ngài Địa Tạng Bồ Tát nói rằng: "Thưa Nhơn giả! Trong dãy núi Thiết Vi có những địa ngục như thế số nhiều vô hạn. Lại có địa ngục Kiếu Oán, địa ngục Bạt Thiệt, địa ngục Phẩn Niếu, địa ngục Đồng Tỏa, địa ngục Hỏa Tượng, địa ngục Hỏa Cầu, địa ngục Hỏa Mã, địa ngục Hỏa Ngưu, địa ngục Hỏa Sơn, địa ngục Hỏa Thạch, địa ngục Hỏa Sàng, địa ngục Hỏa Lương, địa ngục Hỏa Ưng, địa ngục Cứ

Nha, địa ngục Bác Bì, địa ngục Ẩm Huyết, địa ngục Thiêu Thủ, địa ngục Thiêu Cước, địa ngục Đảo Thích, địa ngục Hỏa Ốc, địa ngục Thiết Ốc, địa ngục Hỏa Lang...

Những địa ngục như thế trong đó mỗi ngục lớn lại có những ngục ngỏ, hoặc một, hoặc hai, hoặc ba, hoặc bốn, nhẫn đến trăm nghìn, trong số đó, danh hiệu đều chẳng đồng nhau."

Ngài Địa Tạng Bồ Tát nói với ngài Phổ Hiền Bồ Tát rằng: "Thưa Nhơn giả! Đó đều là do chúng sanh trong cõi Diêm Phù Đề làm những điều ác mà tùy nghiệp chiêu cảm ra những địa ngục như thế.

Nghiệp lực rất lớn, có thể so sánh với núi Tu Di, có thể sâu dường biển cả, có thể ngăn đạo Thánh.

Vì thế chúng sanh chớ khinh điều quấy nhỏ mà cho là không tội, sau khi chết đều có quả báo, dầu đến mảy mún đều phải chịu lấy.

Chí thân như cha với con, mỗi người cùng theo nghiệp của mình mà đi khác đường, dầu có gặp nhau cũng chẳng bằng lòng chịu khổ thay nhau.

Nay tôi nương oai lực của Đức Phật mà nói sơ lược những sự tội báo nơi địa ngục. Trông mong Nhơn giả tạm nghe lời đó."

Ngài Phổ Hiền Bồ Tát đáp rằng: "Dầu từ lâu tôi đã rõ tội báo nơi ba đường ác đạo rồi, nhưng tôi muốn Nhơn giả nói ra để làm cho tất cả chúng sanh có tâm hạnh ác trong đời Mạt pháp sau này, nghe được lời dạy của Nhơn giả, mà biết quy hướng về giáo pháp của Phật."

Tội báo trong địa ngục

Ngài Địa Tạng Bồ Tát nói rằng: "Thưa Nhơn giả! Những sự tội báo trong chốn địa ngục như vầy:

Hoặc có địa ngục kéo lưỡi người tội ra mà cho trâu cày trên đó, hoặc có địa ngục moi tim người tội để cho quỷ Dạ Xoa ăn, hoặc có địa ngục vạc dầu sôi sùng sục nấu thân người tội, hoặc có địa ngục đốt cột đồng cháy đỏ rồi bắt người tội ôm lấy.

Hoặc có địa ngục từng bựng lửa lớn bay tấp vào người tội, hoặc có địa ngục toàn cả thuần là băng giá, hoặc có địa ngục đầy vô hạn đồ phẩn tiểu, hoặc có địa ngục lao gai chông sắt, hoặc có địa ngục đâm nhiều giáo lửa.

Hoặc có địa ngục chỉ đập vai lưng, hoặc có địa ngục chỉ đốt chân tay, hoặc có địa ngục cho rắn sắt quấn cắn, hoặc có địa ngục xua đuổi chó sắt, hoặc có địa ngục đóng ách lừa sắt.

Nhơn giả! Những quả báo như thế trong mỗi mỗi ngục có trăm nghìn thứ khí cụ để hành hình, đều bằng đồng, bằng sắt, bằng đá, bằng lửa. Bốn loại khí cụ này là do các hạnh nghiệp quấy ác của chúng sanh mà cảm vời ra.

Nếu tôi thuật rõ cả những sự việc về tội báo ở địa ngục, thời trong mỗi ngục lại còn có trăm nghìn thứ khổ sở, huống chi là nhiều ngục!

Nay tôi nương sức oai thần của Đức Phật và vì Nhơn giả hỏi mà nói sơ lược như thế, Nếu nói rõ cả thời cùng kiếp nói cũng không hết."

Phẩm thứ sáu
NHƯ LAI TÁN THÁN

Phật phóng quang dặn bảo

Lúc đó, khắp thân của Đức Thế Tôn phóng ra ánh sáng lớn soi khắp đến trăm nghìn muôn ức hằng hà sa cõi nước của chư Phật; trong ánh sáng đó vang ra tiếng lớn bảo khắp các cõi nước của chư Phật rằng:

"Tất cả hàng đại Bồ Tát và Trời, Rồng, Quỷ, Thần v.v... lóng nghe hôm nay Ta khen ngợi rao bày những sự của ngài Địa Tạng Bồ Tát ở trong mười phương thế giới, hiện ra sức từ bi oai thần không thể nghĩ bàn, để cứu giúp tất cả tội khổ chúng sanh.

Sau khi Ta diệt độ, thời hàng Bồ Tát Đại sĩ các ông cùng với Trời, Rồng, Quỷ, Thần v.v... nên dùng nhiều phương chước để giữ gìn Kinh này, làm cho tất cả mọi loài chúng sanh đều khỏi tất cả sự khổ, mà chứng cảnh vui Niết Bàn."

Phổ Quảng thưa thỉnh

Nói lời ấy xong, trong pháp hội có một vị Bồ Tát tên là Phổ Quảng cung kính chắp tay mà bạch cùng Đức Phật rằng: "Nay con nghe Đức Thế Tôn ngợi khen ngài Địa Tạng Bồ Tát có đức oai thần rộng lớn không thể nghĩ bàn như thế.

Trông mong Đức Như Lai lại vì những chúng sanh trong thời Mạt pháp sau này, mà tuyên nói các sự nhân quả của ngài Địa Tạng Bồ Tát làm lợi ích cho hàng trời, người. Làm cho hàng trời, rồng, bát bộ và chúng sanh trong đời sau kính vâng lời của Đức Phật.”

Bấy giờ, Đức Thế Tôn bảo ngài Phổ Quảng Bồ Tát cùng trong tứ chúng rằng: “Lóng nghe! Lóng nghe! Ta sẽ vì các ông nói lược về những sự phước đức của ngài Địa Tạng Bồ Tát làm lợi ích cho người cùng trời.”

Ngài Phổ Quảng bạch Phật rằng: “Vâng! Bạch Đức Thế Tôn! Chúng con xin ham muốn nghe.”

Phật dạy sự lợi ích

Đức Phật bảo ngài Phổ Quảng Bồ Tát: “Trong đời sau như có người thiện nam, kẻ thiện nữ nào nghe được danh hiệu của Địa Tạng đại Bồ Tát, hoặc là chắp tay, hoặc là ngợi khen, hoặc là đảnh lễ, hoặc là luyến mộ, người đó sẽ qua khỏi tội khổ trong ba mươi kiếp.

Này Phổ Quảng! Như có kẻ thiện nam hay người thiện nữ nào hoặc là vẽ hình tượng của ngài Địa Tạng Bồ Tát rồi chừng một lần chiêm ngưỡng, một lần đảnh lễ, người đó sẽ được sanh lên cõi trời Đao Lợi một trăm lần, không còn phải bị sa đọa và ác đạo nữa.

Ví dầu ngày kia phước trời đã hết mà sanh xuống nhân gian, cũng vẫn làm vị quốc vương, không hề mất sự lợi lớn.

Khỏi nữ thân

Như có người nữ nào nhàm chán thân gái, hết lòng cúng dường tượng vẽ của Địa Tạng Bồ Tát, và những tượng cất bằng đất đá, keo, sơn, đồng, sắt v.v... Ngày ngày thường đem hoa, hương, đồ ăn, đồ uống, y phục, gấm lụa, tràng phan, tiền bạc, vật báu v.v... cúng dường như thế mãi không thôi.

Người thiện nữ đó sau khi mãn một thân gái hiện tại, thời đến trăm nghìn muôn kiếp còn không sanh vào cõi nước có người nữ, huống nữa là thọ thân gái! Trừ khi vì lòng từ phát nguyện cần phải thọ thân gái để độ chúng sanh. Nương nơi phước cúng dường Địa Tạng Bồ Tát và sức công đức đó, trong trăm nghìn muôn kiếp chẳng còn thọ thân người nữ lại nữa.

Thân xinh đẹp

Lại nữa, này Phổ Quảng Bồ Tát! Nếu có người nữ nào chán thân xấu xí và nhiều bịnh tật, đến nơi trước tượng của ngài Địa Tạng Bồ Tát chí tâm chiêm ngưỡng đảnh lễ chừng trong khoảng một bữa ăn, người nữ đó trong nghìn vạn kiếp thọ sanh được thân hình tướng mạo xinh đẹp không có bịnh tật.

Người nữ xấu xí đó nếu không nhàm thân gái, thời trăm nghìn muôn ức đời thường làm con gái nhà vua cho đến làm vương phi, dòng dõi nhà quan lớn cũng con gái các vị đại Trưởng giả, tướng mạo đoan trang xinh đẹp.

Do vì có lòng chí thành chiêm ngưỡng đảnh lễ hình tượng của ngài Địa Tạng Bồ Tát mà đặng phước như thế.

Quỷ, thần hộ vệ

Lại nữa, này Phổ Quảng! Như có người thiện nam, người thiện nữ nào có thể đối trước tượng của Địa Tạng Bồ Tát mà trổi các thứ kỹ nhạc, ngâm ca khen ngợi, dùng hương hoa cúng dường, cho đến khuyến hóa được một người hay nhiều người.

Những hạng người đó ở trong đời hiện tại cùng thời vị lai sau, thường được trăm nghìn vị Quỷ Thần ngày đêm theo hộ vệ, còn không cho những việc hung dữ đến tai người đó, huống là để cho người đó phải chịu các tai vạ bất ngờ!

Khinh chê mắc tội

Lại nữa, này Phổ Quảng Bồ Tát! Trơng đời sau, như các người ác và ác thần, ác quỷ nào thấy kẻ thiện nam, người thiện nữ quy y cung kính, cúng dường ngợi khen chiêm ngưỡng đảnh lễ hình tượng của ngài Địa Tạng Bồ Tát, mà vọng sanh khinh chê là không có công đức cùng không có sự lợi ích hoặc nhăn răng ra cười, hoặc chê sau lưng hay chê trước mặt, hoặc khuyên bảo người khác cùng chê, hoặc khuyên bảo một người cùng chê hay nhiều người cùng chê, cho đến sanh lòng chê bai trong chừng một niệm.

Thời những kẻ như thế đến sau khi một nghìn Đức Phật trong Hiền kiếp nhập diệt cả, bị tội báo khinh chê nên còn ở trong địa ngục A Tỳ chịu tội khổ rất nặng.

Qua khỏi Hiền kiếp này mới được thọ thân ngạ quỷ, rồi mãi đến một nghìn kiếp sau mới thọ thân súc sanh; lại phải trải qua đến một nghìn kiếp nữa mới đặng sanh làm người.

Dầu được làm người nhưng ở vào hạng bần cùng hèn hạ tật nguyền thiếu sứt, hay bị những nghiệp ác ràng buộc vào thân, không bao lâu phải sa đọa vào ác đạo nữa.

Này Phổ Quảng! Khinh chê người khác cúng dường mà còn mắc phải tội báo xấu khổ như thế, huống nữa là tự sanh ác kiến mà khinh chê phá diệt!

Tiêu tội chương

Lại nữa, này Phổ Quảng Bồ Tát! Trong đời sau, như có người nam, người nữ nào đau nằm liệt mãi trên giường gối, cầu sống hay muốn chết cũng đều không được. Hoặc đêm nằm chiêm bao thấy quỷ dữ cho đến kẻ thân thích trong nhà, hoặc thấy đi trên đường nguy hiểm hoặc bị bóng đè, hoặc với quỷ thần cùng đi.

Trải qua nhiều tháng nhiều năm, đến đổi thành bịnh lao, bịnh dại... Trong giấc ngủ kêu réo thê thảm sầu khổ. Đây đều bị nơi nghiệp đạo luận đối chưa quyết định là khinh hay trọng, nên hoặc là khó chết, hoặc là khó lành.

Mắt phàm tục của kẻ nam, người nữ không thể biện rõ việc đó, chỉ phải nên đối trước tượng của chư Phật Bồ Tát, to tiếng mà đọc Kinh này một biến.

Hoặc lấy những món vật riêng của người bịnh thường ưa tiếc, như y phục, đồ quý báu, nhà cửa, ruộng vườn v.v... đối trước người bịnh cất tiếng lớn mà xướng lên rằng: "Chúng tôi tên đó họ đó, nay vì người bịnh này đối trước Kinh tượng, đem những vật này hoặc cúng dường Kinh tượng, hoặc tạo hình tượng của Phật Bồ Tát, hoặc xây dựng chùa tháp, hoặc sắm đèn dầu thắp cúng, hoặc cúng vào của thường trụ".

Xướng lên như vậy ba lần để cho người bịnh được nghe biết. Giả sử như thần thức của người bịnh đã phân tán đến hơi thở đã dứt, thời hoặc một ngày, hai ngày, ba ngày, bốn ngày cho đến bảy ngày, cứ lớn tiếng xướng bạch như trên và lớn tiếng tụng Kinh này.

Sau khi người bịnh đó mạng chung thời dầu cho từ trước có tội vạ nặng nhẫn đến năm tội Vô Gián, cũng được thoát khỏi hẳn, thọ sanh vào đâu cũng thường nhớ biết việc đời trước.

Huống nữa là người thiện nam, người thiện nữ nào tự mình biên chép Kinh này, hoặc bảo người biên chép, hoặc tự mình đắp vẽ hình tượng của Bồ Tát, người đó khi thọ quả báo chắc đặng nhiều lợi lớn.

Này Phổ Quảng Bồ Tát! Vì thế nên, nếu ông thấy có người nào đọc tụng Kinh này, cho đến chỉ trong một niệm ngợi khen Kinh này, hoặc là có lòng cung kính đối với Kinh, thời ông cần phải dùng trăm nghìn phương chước khuyến hóa người đó, phát lòng siêng năng chớ đừng thối thất, thời có thể được trăm nghìn muôn ức công đức không thể nghĩ bàn ở hiện tại và vị lai.

Siêu độ vong linh

Lại nữa, này Phổ Quảng Bồ Tát! Như những chúng sanh đời sau, hoặc trong giấc ngủ, hoặc trong chiêm bao thấy các hạng quỷ thần nhẫn đến các hình lạ, rồi hoặc buồn bã, hoặc than thở, hoặc hãi hùng, hoặc sợ sệt...

Đó đều là vị hoặc cha mẹ, con em, hoặc chồng vợ, quyến thuộc trong một đời, mười đời hay trăm đời, nghìn đời về thuở quá khứ bị đọa lạc vào ác đạo chưa được ra khỏi, không biết trông mong vào phước lực nơi nào để cứu vớt nỗi khổ não, nên mới về mách bảo với người có tình cốt nhục trong đời trước cầu mong làm phương tiện gì để hầu được thoát khỏi ác đạo.

Này Phổ Quảng! Ông nên dùng sức oai thần, khiến hàng quyến thuộc đó đối trước hình tượng của chư Phật, chư Bồ Tát chí tâm tự đọc Kinh này hoặc thỉnh người khác đọc đủ số ba biến hoặc đến bảy biến.

Như vậy, kẻ quyến thuộc đương mắc trong ác đạo kia, khi tiếng tụng Kinh đủ số mấy biến đó xong sẽ đặng giải thoát, cho đến trong khi mơ ngủ không còn thấy hiện về nữa.

Khỏi nô lệ

Lại nữa, này Phổ Quảng! Như đời sau này có những hạng người hà tiện, hoặc tớ trai, hoặc tớ gái, nhẫn đến những kẻ không được quyền tự do, rõ biết là do tội nghiệp đời trước gây ra cần phải sám hối đó, thời nên chí tâm chiêm ngưỡng đảnh lễ hình tượng của ngài Địa Tạng Bồ Tát. Rồi trong bảy ngày niệm danh hiệu của Địa Tạng Bồ Tát đủ một muôn biến.

Những người trên ó sau khi mãn báo thân hạ tiện ở hiện đời, trong nghìn muôn đời về sau thường sanh vào bậc tôn quý, trọn không bao giờ còn phải sao đọa vào ba đường ác khổ nữa.

Sanh con dễ nuôi

Lại vầy nữa, này Phổ Quảng Bồ Tát! Về trong thuở sau này, nơi cõi Diêm Phù Đề, trong hàng Sát Đế Lợi, Bà La Môn, Trưởng giả, Cư sĩ, tất cả các hạng người và những dân tộc dòng họ khác, như có người nào mới sanh đẻ hoặc con trai hoặc con gái, nội trong bảy ngày, sớm vì đứa trẻ mới sanh ra đó mà tụng Kinh điển không thể nghĩ bàn này, lại vì đứa trẻ mà niệm danh hiệu của ngài Địa Tạng Bồ Tá đủ một muôn biến.

Được vậy thời sanh đứa trẻ hoặc trai hay là gái mới sanh ra đó, nếu đời trước nó có gây lấy tội vạ chi cũng đặng thoát khỏi cả, nó sẽ an ổn vui vẻ dễ nuôi, lại thêm được sống lâu.

Còn như nó là đứa nương nơi phước lực mà thọ sanh, thời đời nó càng được an vui hơn cùng sống lâu hơn.

Ngày thập trai tụng kinh được phước

Lại vầy nữa, này Phổ Quảng! Trong mỗi tháng những ngày: mùng một, mùng tám, mười bốn, rằm, mười tám, hăm ba, hăm bốn, hăm tám, hăm chín và ba mươi, mười ngày trên đây là ngày mà các nghiệp tội kết nhóm lại để định là nặng hay nhẹ.

Tất cả những cử chỉ động niệm của chúng sanh trong cõi Nam Diêm Phù Đề không có điều gì chẳng phải là tội lỗi, huống nữa là những kẻ buông lung giết hại, trộm cắp, tà dâm, vọng ngữ trăm điều tội lỗi.

Về đời sau, nếu có chúng sanh nào trong mười ngày trai kể trên đây, mà có thể đối trước hình tượng của chư Phật, Bồ Tát, Hiền, Thánh để đọc tụng Kinh này một biến, thời chung quanh chỗ người đó ở bốn hướng Đông, Tây, Nam, Bắc trong khoảng một trăm do tuần không có xảy ra những việc tai nạn.

Còn chính nhà của người đó ở, tất cả mọi người hoặc già, hoặc trẻ về hiện tại và vị lai đến trăm nghìn năm xa khỏi hẳn các ác đạo.

Trong mười ngày trai trên đây nếu có thể mỗi ngày tụng một biến Kinh này, thời trong đời hiện tại hay làm cho người trong nhà không mắc phải bịnh tật bất ngờ, đồ ăn mặc dư dật.

Này Phổ Quảng! Vì thế nên biết rằng ngài Địa Tạng Bồ Tát có bất khả thuyết trăm nghìn muôn ức những sự oai thần lực lớn, nhiều lợi ích cho chúng sanh như thế.

Chúng sanh trong cõi Diêm Phù Đề này có nhơn duyên lớn với ngài Địa Tạng Đại sĩ. Những chúng sanh đó hoặc được nghe danh hiệu của Địa Tạng Bồ Tát, hoặc được thấy hình tượng của Địa Tạng Bồ Tát, cho đến nghe chừng ba chữ hay năm chữ trong Kinh này, hoặc một bài kệ hay một câu, thời những người đó hưởng sự an vui lạ thường trong đời hiện tại, trăm nghìn muôn đời về vị lai thường được thác sanh vào nhà tôn quý, thân hình xinh đẹp.”

Danh hiệu của Kinh

Khi nghe Đức Phật Như Lai tuyên bày ngợi khen ngài Địa Tạng Đại sĩ xong, ngài Phổ Quảng Bồ Tát liền quỳ xuống chắp tay mà bạch cùng Đức Phật rằng: “Bạch Thế Tôn! Từ lâu con đã rõ biết vị Đại sĩ này có thần lực cùng đại nguyện lực không thể nghĩ bàn như thế rồi, song nay vì muốn những chúng sanh trong đời sau này rõ biết các sự lợi ích đó, nên con mới bạch hỏi cùng Đức Như Lai.

Vâng! Con xin cung kính tin nhận lời Phật dạy.

Bạch Đức Thế Tôn! Kinh này đặt tên là gì và định cho con lưu bố thế nào?"

Đức Phật bảo ngài Phổ Quảng: "Kinh này có ba danh hiệu: một là "Địa Tạng Bổn Nguyện Kinh", cũng gọi là "Địa Tạng Bổn Hạnh Kinh" đây là tên thứ hai, cũng gọi là "Địa Tạng Bổn Thệ Lực Kinh" đây là tên thứ ba.

Do vì ngài Địa Tạng Bồ Tát từ thuở kiếp lâu xa đến nay phát nguyện rộng lớn làm lợi ích cho chúng sanh, cho nên các ông phải đúng theo tâm nguyện mà lưu hành truyền bá Kinh này."

Nghe Đức Phật dạy xong, ngài Phổ Quảng Bồ Tát tin chịu, chắp tay cung kính lễ Phật mà lui ra.

Phẩm thứ bảy

LỢI ÍCH CẢ KẺ CÒN NGƯỜI MẤT

Khuyên tu thánh đạo

Lúc đó ngài Địa Tạng đại Bồ Tát bạch cùng Đức Phật rằng: “Bạch Đức Thế Tôn! Con xem xét chúng sanh trong cõi trời Diêm Phù sanh tâm động niệm không chi là chẳng phải tội.

Nếu gặp những việc về pháp sự lợi lành phần nhiều thối thất tâm tốt ban đầu. Còn hoặc khi gặp duyên sự bạo ác chẳng lành lại lần lần thêm lớn: Những hạng người trên đó như kẻ mang đá nặng đi trong bùn lầy, càng nặng thêm lần, càng khốn đốn thêm lần, chân đạp lún lút sâu.

Những người đó hoặc gặp hàng Thiện tri thức đội giùm đá bớt cho, hoặc là đội giùm hết cả, vì hàng Thiện tri thức đó có sức rất khỏe mạnh lại dìu đỡ người ấy khuyên gắng làm cho người ấy mạnh chân lên.

Nếu khi ra khỏi bùn lầy đến chỗ đất bằng phẳng rồi, thời cần phải xét nghĩ đến con đường hiểm xấu ấy, đừng có đi vào đó nữa.

Bạch Đức Thế Tôn! Những chúng sanh quen theo thói ác, bắt đầu từ mảy mún rồi lần đến nhiều vô lượng.

Đến khi những chúng sanh quen theo thói chẳng lành ấy sắp sửa mạng chung, thời cha mẹ cùng thân quyến vì người đó mà tu tạo phước lành để giúp tiền đồ cho người đó.

Hoặc treo phan lọng và thắp đèn dầu, hoặc chuyển đọc Tôn Kinh, hoặc cúng dường tượng Phật cùng hình tượng của các vị Thánh, cho đến niệm danh hiệu của Phật và Bồ Tát cùng Bích Chi Phật, làm cho một danh một hiệu thấu vào lỗ tai của người sắp mạng chung, hoặc là ở nơi bổn thức nghe biết.

Cứ theo nghiệp ác của người đó đã gây tạo, suy tính đến quả báo, thời đáng lẽ người đó phải bị đọa vào ác đạo, song nhờ thân quyến vì người đó mà tu nhơn duyên Thánh đạo, cho nên các điều tội ác của người đó thảy đều tiêu sạch.

Như sau khi người đã chết, lại có thể trong bốn mươi chín ngày vì người ấy mà tu tạo nhiều phước lành, thời có thể làm cho người chết đó khỏi hẳn chốn ác đạo, được sanh lên cõi trời hoặc trong loài người hưởng lấy nhiều sự rất vui sướng, mà kẻ thân quyến hiện tại đó cũng được vô lượng điều lợi ích.

Vì lẽ trên đó nên nay con đối trước Đức Phật Thế Tôn cùng với hàng Trời, Rồng, tám bộ chúng, người với phi nhơn v.v... mà có lời khuyên bảo những chúng sanh trong cõi Diêm Phù Đề, ngày lâm chung kẻ thân thuộc phải cẩn thận chớ có giết hại và chớ gây tạo nghiệp duyên chẳng lành, cũng đừng tế lễ Quỷ, Thần, cầu cúng ma quái.

Vì sao thế? Vì việc giết hại cho đến tế lễ đó, không có một mảy mún chi lợi ích cho người chết cả, chỉ có kết thêm tội duyên của người đó làm cho càng thêm sâu nặng hơn thôi.

Giả sử người chết đó hoặc là đời trước hay đời hiện tại vừa rồi, đã chứng đặng phần Thánh quả, sẽ sanh vào cõi trời, cõi người, nhưng bị vì lúc lâm chung hàng thân thuộc gây tạo những nghiệp nhơn không lành, cũng làm cho người chết đó mắc lấy ương lụy phải đối biện, chậm sanh vào chốn lành.

Huống gì là người kia chết, lúc sanh tiền chưa từng làm được chút phước lành, đều theo ác nghiệp của họ đã gây tạo mà tự phải bị sa đọa vào ác đạo.

Hàng thân thuộc nỡ nào lại làm cho tội nghiệp của người ấy nặng thêm!

Cũng ví như, có người từ xứ xa đến, tuyệt lương thực đã ba ngày đồ vật của người đó mang vác nặng hơn trăm cân, bỗng gặp kẻ lân cận lại gởi một ít đồ vật nữa, vì vậy mà người xứ xa đó càng phải khốn khổ nặng nề thêm.

Bạch Đức Thế Tôn! Con xem xét những chúng sanh trong cõi Diêm Phù Đề, ở nơi trong giáo pháp của Phật, nếu có thể làm việc phước lành cho đến chừng bằng sợi lông, giọt nước, bằng một hạt cát, một mảy bụi nhỏ, thời tất cả chúng sanh đó đều tự mình được lợi ích cả."

Trưởng giả bạch hỏi

Khi ngài Địa Tạng nói lời như thế xong, trong pháp hội có một vị Trưởng giả tên là Đại Biện.

Ông Trưởng giả này từ lâu đã chứng quả Vô sanh hiện thân Trưởng giả để hóa độ chúng sanh trong mười phương, ông chắp tay cung kính mà thưa hỏi ngài Địa Tạng Bồ Tát rằng:

"Thưa Đại sĩ! Trong cõi Nam Diêm Phù Đề có chúng sanh nào sau khi mạng chung, mà hàng quyến thuộc hoặc kẻ lớn người nhỏ, vì người chết đó mà tu các công đức, cho đến thiết trai cúng dường, làm cho những phước lành, thời người chết đó, có đặng lợi ích lớn cùng đặng giải thoát chăng?"

Kẻ còn, người mất đều được lợi

Ngài Địa Tạng Bồ Tát đáp rằng:

"Này ông Trưởng giả! Nay tôi vì tất cả chúng sanh trong hiện tại này cùng thuở vị lai sau, nương nơi oai thần của Đức Phật mà nói lược về việc đó.

Này ông Trưởng giả! Những chúng sanh ở hiện tại hay vị lai, lúc sắp mạng chung mà nghe đặng danh hiệu của một Đức Phật, danh hiệu của một Bồ Tát hay danh hiệu của một Bích Chi Phật, thời không luận là có tội cùng không tội đều được giải thoát cả.

Như có người nam cùng người nữ nào lúc sanh tiền không tu tạo phước lành mà lại gây lấy những tội ác, sau khi người mạng chung, hàng thân quyến kẻ lớn người nhỏ vì người chết mà tu tạo phước lợi làm tất cả việc về Thánh đạo, thời trong bảy phần công đức người chết nhờ đặng một phần, còn sáu phần công đức thuộc về người thân quyến hiện lo tu tạo đó.

Bởi vì cớ trên đây, nên những người thiện nam cùng thiện nữ ở hiện tại và vị lai, nghe lời nói vừa rồi đó nên cố gắng mà tu hành thời đặng hưởng trọn phần công đức.

Con quỷ dữ vô thường kia không hẹn mà đến, thần hồn vơ vẩn mịt mờ chưa rõ là tội hay phước, trong bốn mươi chín ngày như ngây như điếc, hoặc ở tại các ty sở để biện luận về nghiệp quả, khi thẩm định xong thời cứ y theo nghiệp mà thọ lấy quả báo.

Trong lúc mà chưa biết chắc ra làm sao đó thời đã nghìn muôn sầu khổ, huống là phải bị đọa vào ác đạo.

Thần hồn người chết đó khi chưa được thọ sanh, ở trong bốn mươi chín ngày, luôn luôn trông ngóng hàng cốt nhục thân quyến tu tạo phước lành để cứu vớt cho.

Qua khỏi bốn mươi chín ngày thời cứ theo nghiệp mà thọ lấy quả báo.

Người chết đó, nếu là kẻ có tội thời trải qua trong trăm nghìn năm không có ngày nào được thoát khỏi.

Còn nếu là kẻ phạm năm tội Vô Gián thời phải đọa vào đại địa ngục chịu mãi những sự đau khổ trong nghìn kiếp muôn kiếp.

Lại vầy nữa, này ông Trưởng giả! Sau khi những chúng sanh gây phạm tội nghiệp như thế mạng chung, hàng cốt nhục thân quyến có làm chay để giúp thêm phước lành cho người chết đó.

Thời khi sắm sửa chưa rồi, cùng trong lúc đương làm chớ có đem nước gạo, lá rau v.v... đổ vãi ra nơi đất, cho đến các thứ đồ ăn chưa dâng cúng cho Phật cùng Tăng thời chẳng được ăn trước.

Nếu như ăn trái phép và không được tinh sạch kỹ lưỡng, thời người chết đó trọn không được mảy phước nào cả.

Nếu có thể kỹ lưỡng giữ gìn tinh sạch đem dâng cúng cho Phật cùng Tăng, thời trong bảy phần công đức người chết hưởng được một phần.

Này ông Trưởng giả! Vì thế nên những chúng sanh trong cõi Diêm Phù, sau khi cha mẹ hay người thân quyến chết, nếu có thể làm chay cúng dường, chí tâm cầu khẩn thời những người như thế, kẻ còn lẫn người mất đều đặng lợi ích cả."

Lúc ngài Địa Tạng nói lời này, tại cung trời Đao Lợi có số nghìn muôn ức na do tha Quỷ Thần cõi Diêm Phù Đề, đều phát tâm Bồ đề vô lượng.

Ông Trưởng giả Đại Biện vui mừng vâng lời dạy, làm lễ mà lui ra.

Phẩm thứ tám

CÁC VUA DIÊM LA KHEN NGỢI

Diêm La vương cùng Quỷ vương vân tập

Lúc đó trong dãy núi Thiết Vi có vô lượng đại Quỷ vương cùng với vua Diêm La đồng lên cung trời Đao Lợi đến chỗ của Đức Phật.

Các vị Quỷ vương đó tên là: Ác Độc Quỷ vương, Đa Ác Quỷ vương, Đại Tránh Quỷ vương, Bạch Hổ Quỷ vương, Huyết Hổ Quỷ vương, Xích Hổ Quỷ vương, Tán Ương Quỷ vương, Phi Thân Quỷ vương, Điển Quang Quỷ vương, Lang Nha Quỷ vương, Đạm Thú Quỷ vương, Phụ Thạch Quỷ vương, Chủ Hao Quỷ vương, Chủ Họa Quỷ vương, Chủ Phước Quỷ vương, Chủ Thực Quỷ vương, Chủ Tài Quỷ vương, Chủ Súc Quỷ vương, Chủ Cầm Quỷ vương, Chủ Thú Quỷ vương, Chủ Mị Quỷ vương, Chủ Sản Quỷ vương, Chủ Mạng Quỷ vương, Chủ Tật Quỷ vương, Chủ Hiểm Quỷ vương, Tam Mục Quỷ vương, Tứ Mục Quỷ vương, Ngũ Mục Quỷ vương, Kỳ Lợi Thất vương, Đại Kỳ Lợi Thất vương, Kỳ Lợi Xoa vương, Đại Kỳ Lợi Xoa vương, A Na Tra vương, Đại A Na Tra vương.

Những vị Đại Quỷ vương như thế v.v... mỗi vị cùng với trăm nghìn Tiểu Quỷ vương, cả thảy ở trong cõi Diêm Phù Đề, đều có chức trách, đều có phần chủ trị.

Các vị Quỷ vương đó cùng với vua Diêm La nương sức oai thần của Đức Phật và oai lực của ngài Địa Tạng đại Bồ Tát, đồng lên đến cung trời Đao Lợi đứng qua một phía.

Vua Diêm La Bạch Phật

Bấy giờ, vua Diêm La quỳ gối chắp tay bạch cùng Đức Phật rằng:

"Bạch Đức Thế Tôn! Nay chúng con cùng các vị Quỷ vương nương sức oai thần của Đức Phật và oai lực của ngài Địa Tạng Bồ Tát mới được lên đến đại hội nơi cung trời Đao Lợi này, mà cũng là vì chúng con đặng phước lành vậy.

Nay chúng con có chút việc nghi ngờ, dám bạch hỏi Đức Thế Tôn, cúi xin Đức Thế Tôn từ bi vì chúng con mà chỉ dạy cho."

Đức Phật bảo vua Diêm La rằng: "Cho phép ông hỏi, Ta sẽ vì ông mà dạy rõ."

Bấy giờ, vua Diêm La chiêm ngưỡng đảnh lễ Đức Thế Tôn và ngó ngoái lại ngài

Địa Tạng Bồ Tát, rồi bạch cùng Đức Phật rằng:

"Bạch Đức Thế Tôn! Con xem xét ngài Địa Tạng Bồ Tát ở trong sáu đường dùng trăm nghìn phương chước để cứu độ những chúng sanh mắc phải tội khổ, Ngài không từ mệt nhọc.

Ngài Địa Tạng Bồ Tát đây có những sự thần thông không thể nghĩ bàn được như thế, nhưng sao hàng chúng sanh vừa đặng thoát khỏi tội báo, không bao lâu lại phải bị đọa vào ác đạo nữa?

Bạch Đức Thế Tôn! Ngài Địa Tạng Bồ Tát đã có thần lực chẳng thể nghĩ bàn như thế, nhưng tại vì cớ sao hàng chúng sanh chẳng chịu nương về đường lành để được giải thoát mãi mãi? Cúi xin Đức Thế Tôn dạy rõ việc đó cho chúng con."

Phật giảng sở nhân

Đức Phật bảo vua Diêm La rằng: "Chúng sanh trong cõi Nam Diêm Phù Đề tánh tình cứng cỏi khó dạy khó sửa. Ngài Địa Tạng đại Bồ Tát đây trong trăm nghìn kiếp đã từng cứu vớt những chúng sanh đó làm cho sớm được giải thoát."

Những người bị tội báo cho đến bị đọa vào đường ác lớn, ngài Địa Tạng Bồ Tát dùng sức phương tiện nhổ sạch cội gốc nghiệp duyên, mà làm cho chúng sanh đó nhớ biết những công việc ở đời trước.

Tại vì chúng sanh trong cõi Diêm Phù Đề kết nghiệp dữ, phạm tội nặng, nên vừa ra khỏi ác đạo, rồi trở vào lại, làm nhọc cho ngài Địa Tạng Bồ Tát phải trải qua nhiều số kiếp lo lắng để cứu độ chúng nó.

Ví như có người quên mất nhà mình, đi lạc vào con đường hiểm, trong con đường hiểm đó có rất nhiều thứ quỷ Dạ Xoa, cùng hùm sói, sư tử, rắn độc, bò cạp. Người quên đường đó ở trong đường hiểm chừng giây lát nữa sẽ bị hại.

Có một vị Tri thức hiểu nhiều Pháp thuật lạ, có thể trừ sự độc hại đó, cho đến có thể trừ quỷ Dạ Xoa, các loài ác độc v.v... chợt gặp người quên lạc đường kia, đang muốn đi thẳng vào con đường hiểm nạn, bèn vội bảo rằng:

"Ô hay! Này ông kia! Có duyên sự gì mà vào con đường hiểm nạn này? Ông có Pháp thuật lạ gì có thể ngăn trừ các sự độc hại chăng?"

Người lạc đường đó, bỗng nghe lời hỏi trên mới rõ là đường hiểm nạn, bèn liền lui trở lại muốn ra khỏi đường hiểm nạn đó.

Vị Thiện tri thức ấy nắm tay dìu dắt, dẫn người lạc lối đó ra ngoài đường hiểm nạn, khỏi các sự độc hại, đến nơi con đường tốt, làm cho được an ổn rồi bảo rằng:

"Này người lạc đường! Từ nay về sau chớ có đi vào con đường hiểm nạn đó nữa, ai mà vào con đường hiểm đó, ắt khó ra khỏi đặng, lại còn phải bị tổn tánh mạng."

Người lạc đường đó cũng sanh lòng cảm trọng. Lúc từ biệt nhau, vị Tri thức lại dặn thêm:

"Nếu ông có gặp kẻ quen người thân cùng những người đi đường hoặc trai hay gái, thời ông bảo cho họ biết con đường đó có rất nhiều sự độc hại, vào đó ắt phải tổn tánh mạng, chớ để cho những người ấy tự vào chỗ chết!"

Vì thế nên ngài Địa Tạng Bồ Tát đủ đức từ bi lớn, cứu vớt chúng sanh mắc tội khổ, muốn cho chúng nó sanh lên cõi trời cõi người để hưởng lấy sự vui sướng tốt đẹp.

Những chúng sanh tội khổ đó rõ biết sự khốn khổ trong con đường ác nghiệp rồi, khi đã được ra khỏi, chẳng còn trở vào nữa.

Như người quên đường kia lạc vào đường hiểm, gặp vị Thiện tri thức dẫn dắt cho ra khỏi không bao giờ còn lạc vào nữa.

Gặp gỡ người khác lại bảo chớ vào đường ấy, tự nói rằng mình là người quên đường nên đi lạc vào đó, nay đặng thoát khỏi rồi, trọn hẳn không còn trở vào đường đó nữa.

Nếu còn đi vào đường ấy nữa, thời là còn mê lầm không biết đó là con đường hiểm nạn mà mình đã từng sa lạc rồi, hoặc đến nỗi phải mất mạng.

Như chúng sanh bị đọa vào chốn ác đạo, ngài Địa Tạng Bồ Tát dùng sức phương tiện cứu vớt cho được thoát khỏi, sanh vào cõi trời, rồi cũng vẫn trở vào ác đạo nữa.

Nếu chúng sanh đó kết nghiệp ác quá nặng, thời ở mãi chốn địa ngục không lúc nào được thoát khỏi.

Quỷ Vương bày thiện nguyện

Bấy giờ, Ác Độc Quỷ vương chắp tay cung kính bạch cùng Đức Phật rằng:

"Bạch Đức Thế Tôn! Chúng con là hàng Quỷ vương số đông vô lượng, ở trong cõi Diêm Phù Đề, hoặc có vị làm lợi ích cho người, hoặc có vị làm tổn hại cho người mỗi mỗi đều không đồng nhau.

Nhưng vì nghiệp báo khiến quyến thuộc chúng con đi qua thế giới, ác nhiều lành ít.

Đi qua sân nhà người, hoặc thành ấp, xóm làng, trại vườn, buồng nhà, trong đó có những người trai kẻ gái nào tu được chút phước lành bằng mảy lông sợi tóc, cho đến treo một lá phan, một bảo cái, chút hương, chút hoa cúng dường tượng Phật cùng tượng Bồ Tát, hoặc đọc tụng Tôn Kinh, đốt hương cúng dường một bài kệ một câu Kinh v.v...

Hàng Quỷ vương chúng con cung kính làm lễ người đó như kính lễ Đức Phật thuở quá khứ, đương hiện tại cùng lúc vị lai.

Chúng con truyền các hàng tiểu Quỷ có oai lực lớn, và kẻ có phần chức trách về cuộc đất đai đó, đều phải hộ trợ giữ gìn, còn chẳng cho việc dữ cùng sự tai nạn bất kỳ, bịnh tật hiểm nghèo thình lình, cho đến những việc không vừa ý đến gần chỗ của các nhà đó, huống là để vào cửa!"

Đức Phật khen Quỷ vương rằng: "Hay thay! Tốt thay! Các ông cùng với vua Diêm La có thể ủng hộ kẻ thiện nam người thiện nữ như thế! Ta cũng truyền cho các vị trời Phạm Vương, Đế Thích hộ vệ các ông."

Chủ Mạng trình thưa

Khi Đức Phật nói lời ấy xong, trong pháp hội có một vị Quỷ vương tên là Chủ Mạng bạch cùng Đức Phật rằng:

"Bạch Đức Thế Tôn! Bổn nghiệp duyên của con là cai quản về tuổi thọ của người trong cõi Diêm Phù Đề, khi sanh khi tử con đều coi biết đó, cứ theo nơi bổn nguyện của con, thời có lợi ích rất lớn cho mọi người.

Nhưng tại vì chúng sanh không hiểu ý của con nên đến đối khi sanh khi tử đều không được an ổn. Tại làm sao thế?"

Khi sanh nở nên làm lành kiêng ác

Người trong cõi Diêm Phù Đề lúc mới sanh, không luận là con trai hay con gái, khi sắp sanh ra chỉ nên làm việc phước lành thêm sự lợi ích cho nhà cửa, thời Thổ Địa vui mừng khôn xiết, ủng hộ cả mẹ lẫn con đều đặng nhiều sự an vui, hàng thân quyến cũng được phước lợi.

Hoặc khi đã hạ sanh rồi, nên cẩn thận chớ có giết hại sanh vật để lấy những vị tươi ngon cung cấp cho người sản mẫu ăn, cùng nhóm họp cả hàng quyến thuộc lại để uống rượu ăn thịt, ca xang đờn sáo, nếu làm những việc trên đó có thể làm cho người mẹ đứa con chẳng đặng an vui.

Vì sao thế? Vì lúc sanh sản nguy hiểm có vô số loài quỷ dữ cùng ma quái tinh mỵ muốn ăn huyết tanh.

Nhờ có con sớm đã sai các vị Thần linh xá trạch Thổ Địa, bảo hộ mẹ con người ấy, làm cho được an vui mà đặng nhiều lợi ích.

Người ấy thấy mình được an ổn, thời đáng lẽ nên làm phước lành để đền đáp công ơn Thổ Địa, mà trái lại giết hại loài sanh vật, hội họp thân quyến, vì lẽ này, đã phạm tội lỗi tất phải tự thọ lấy tai vạ, mẹ con đều tổn.

Lúc chết nên tu phước

Lại người trong cõi Diêm Phù Đề đến lúc mạng chung, không luận là người lành hay kẻ dữ, con cũng đều muốn cho họ không bị đọa lạc vào chốn ác đạo.

Huống gì là người lúc sanh tiền biết tu đạo cội phước lành giúp thêm oai lực cho con.

Trong cõi Diêm Phù Đề, những người làm lành đến lúc mạng chung cũng còn có trăm nghìn quỷ thần ác đạo hoặc biến ra hình cha mẹ, nhẫn đến hóa làm người thân quyến dắt dẫn thần hồn người chết làm cho đọa lạc vào chốn ác đạo, huống chi là những kẻ lúc sanh tiền đã sẵn tạo nghiệp ác.

Bạch Đức Thế Tôn! Những kẻ nam tử nữ nhơn ở cõi Diêm Phù Đề, lúc lâm chung thời thần thức hôn mê không biện được lẽ lành điều dữ, cho đến mắt cùng tai không còn thấy nghe gì hết.

Hàng thân quyến của người lâm chung đó, nên phải sắm sửa làm sự cúng dường lớn, tụng đọc Tôn Kinh, niệm danh hiệu của Phật và Bồ Tát, tu tạo nhơn duyên phúc lành như thế, có thể làm cho người chết thoát khỏi chốn ác đạo, các thứ ma quỷ, ác thần thảy đều phải lui tan cả hết.

Bạch Đức Thế Tôn! Tất cả chúng sanh lúc lâm chung nếu đặng nghe danh hiệu của một Đức Phật, hay danh hiệu của một Bồ Tát, hoặc nghe một câu một bài kệ Kinh điển Đại thừa, con xem xét thấy hạng người ấy, trừ năm tội Vô Gián cùng tội sát hại, những nghiệp ác nho nhỏ đáng lẽ phải sa vào chốn ác đạo, liền đặng thoát khỏi cả.

Đức Phật căn dặn

Đức Phật bảo Chủ Mạng Quỷ vương rằng: “Ông vì có lòng đại từ nên có thể phát ra lời nguyện lớn ở trong sanh tử cứu độ chúng sanh như thế.

Như về trong đời sau này, có kẻ nam người nữ nào đến lúc mạng chung, ông chớ quên lãng lời nguyện trên đó, đều nên làm cho giải thoát mãi mãi được an vui."

Chủ Mạng Quỷ vương bạch cùng Đức Phật rằng: "Xin Đức Thế Tôn chớ lo! Trọn đời của con luôn luôn ủng hộ chúng sanh ở cõi Diêm Phù Đề lúc sanh lúc tử đều làm cho được an vui cả.

Chỉ trông mong các chúng sanh trong lúc sanh cùng lúc tử, tin theo lời của con đã nói ở trên thời đều giải thoát đặng lợi ích lớn."

Đức Phật thọ ký cho Chủ Mạng

Bấy giờ, Đức Phật bảo ngài Địa Tạng Bồ Tát rằng: "Vị Đại Quỷ vương cai quản về tuổi thọ của mọi người đây từng trải qua trăm nghìn đời làm vị Quỷ vương, ủng hộ chúng sanh trong lúc sanh cùng khi tử.

Đó là bậc Bồ Tát Đại sĩ vì lòng từ bi phát nguyện hiện thân đại Quỷ chớ thiệt thời không phải Quỷ.

Quá một trăm bảy mươi kiếp sau, ông đó sẽ được thành Phật hiệu là Vô Tướng Như Lai, kiếp đó tên là An Lạc. Cõi nước tên là Tịnh Trụ, thọ mạng của Đức Phật đó đến số kiếp không thể tính đếm được.

Này Địa Tạng Bồ Tát! Những sự của vị đại Quỷ vương đó không thể nghĩ bàn như thế, hàng trời cùng người được vị ấy độ thoát cũng đến số không thể hạn lượng."

Phẩm thứ chín

XƯNG DANH HIỆU CHƯ PHẬT

Lúc đó, ngài Địa Tạng Bồ Tát bạch cùng Đức Phật rằng: “Bạch Đức Thế Tôn! Nay con vì chúng sanh trong đời sau mà phô bày sự lợi ích, làm cho trong vòng sanh tử đặng nhiều lợi ích lớn. Cúi xin Đức Thế Tôn cho phép con nói đó.”

Đức Phật bảo ngài Địa Tạng Bồ Tát rằng: “Nay ông muốn khởi lòng từ bi cứu vớt tất cả chúng sanh mắc phải tội khổ trong sáu đường, mà diễn nói sự chẳng thể nghĩ bàn, bây giờ chính đã phải lúc, vậy ông nên nói ngay đi.

Giả sử ông có thể sớm làm xong nguyện đó, Ta dầu có vào Niết Bàn, cũng không còn phải lo ngại gì đến tất cả chúng sanh ở hiện tại và vị lai nữa."

Ngài Địa Tạng bạch cùng Đức Phật rằng: "Bạch Đức Thế Tôn! Vô lượng vô số kiếp về thuở quá khứ, có Đức Phật ra đời hiệu là Vô Biên Thân Như Lai.

Như có người nam người nữ nào nghe danh hiệu của Đức Phật đây mà tạm thời sanh lòng cung kính, liền đặng siêu việt tội nặng sanh tử trong bốn mươi kiếp, huống là vẽ đắp hình tượng cúng dường tán thán!

Người này được vô lượng vô biên phước lợi.

Lại hằng hà sa kiếp về thuở quá khứ, có Đức Phật ra đời hiệu là Bửu Thắng Như Lai.

Như có người nam người nữ nào được nghe danh hiệu của Đức Phật đây, phát tâm quy y với Phật trong khoảng khảy móng tay, người này trọn hẳn không còn thối chuyển nơi đạo Vô thượng Chánh giác.

Lại về thuở quá khứ, có Đức Phật ra đời hiệu là Ba Đầu Ma Thắng Như Lai.

Như có người nam người nữ nào nghe đến danh hiệu của Đức Phật đây thoát qua lỗ tai, người này sẽ được một nghìn lần sanh lên sáu từng trời cõi dục, huống nữa là chí tâm xưng niệm!

Lại bất khả thuyết bất khả thuyết vô số kiếp về thuở quá khứ có Đức Phật ra đời hiệu là Sư Tử Hống Như Lai.

Như có người nam người nữ nào nghe đến danh hiệu của Đức Phật đây, mà phát tâm quy y chừng trong một niệm, người này sẽ đặng gặp vô lượng các Đức Phật xoa đảnh thọ ký cho.

Lại về thuở quá khứ, có Đức Phật ra đời hiệu là Câu Lưu Tôn Như Lai.

Như có người nam người nữ nào nghe đến danh hiệu của Đức Phật đây, chí tâm chiêm ngưỡng lễ bái hoặc lại tán thán, người này nơi pháp hội của một nghìn Đức Phật trong Hiền kiếp làm vị đại Phạm Vương, đặng Phật thọ ký đạo Vô thượng cho.

Lại về thuở quá khứ, có Đức Phật ra đời hiệu là Tỳ Bà Thi Như Lai.

Như có người nam người nữ nào được nghe danh hiệu của Đức Phật đây, thời mãi không còn sa đọa vào chốn ác đạo, thường được sanh vào chốn trời người, hưởng lấy sự vui thù thắng vi diệu.

Lại vô lượng vô số hằng hà sa kiếp về thuở quá khứ có Đức Phật ra đời hiệu là Đa Bửu Như Lai.

Như có người nam người nữ nào nghe đến danh hiệu của Đức Phật đây, liền khỏi đọa vào ác đạo, thường ở tại cung trời hưởng sự vui thù thắng vi diệu.

Lại về thuở quá khứ có Đức Phật ra đời hiệu là Bửu Tướng Như Lai.

Như có người nam người nữ nào nghe đến danh hiệu của Đức Phật đây, sanh lòng cung kính, không bao lâu người ấy sẽ đặng quả A La Hán.

Lại vô lượng vô số kiếp về thuở quá khứ có Đức Phật ra đời hiệu là Ca Sa Tràng Như Lai.

Như có người nam người nữ nào nghe đến danh hiệu của Đức Phật đây, thời người này sẽ siêu thoát tội sanh tử trong một trăm đại kiếp.

Lại về thuở quá khứ có Đức Phật ra đời hiệu là Đại Thông Sơn Vương Như Lai.

Như có người nam người nữ nào nghe đến danh hiệu của Đức Phật đây, thời người này đặng gặp hằng hà chư Phật nói nhiều pháp mầu cho, đều đặng thành đạo Bồ đề.

Lại về thuở quá khứ, có Đức Tịnh Nguyệt Phật, Đức Sơn Vương Phật, Đức Trí Thắng Phật, Đức Tịnh Danh Vương Phật, Đức Trí Thành Tựu Phật, Đức Vô Thượng Phật, Đức Diệu Thinh Phật, Đức Mãn Nguyệt Phật, Đức Nguyệt Diện Phật, có bất khả thuyết Đức Phật Thế Tôn như thế.

Tất cả chúng sanh trong thời hiện tại cùng thuở vị lai: hoặc là trời, hoặc là người, hoặc người nam, hoặc người nữ chỉ niệm được danh hiệu của một Đức Phật thôi, sẽ được vô lượng công đức, huống nữa là niệm được nhiều danh hiệu.

Những chúng sanh đó lúc sanh lúc tử đặng nhiều phước lợi, không còn phải đọa vào ác đạo nữa.

Như có người nào sắp mạng chung, hàng thân quyến trong nhà nhẫn đến một người vì người bịnh sắp chết đó mà niệm lớn tiếng danh hiệu của một Đức Phật, thời người chết đó, trừ năm tội lớn Vô Gián, các nghiệp báo khác đều tiêu sạch cả.

Năm tội lớn Vô Gián kia dầu rất nặng nề đáng lẽ trải qua ức kiếp hẳn không ra khỏi đặng quả khổ, nhưng bởi lúc lâm chung, nhờ người khác vì đó mà xưng niệm danh hiệu của Phật, cho nên những tội nặng đó cũng lần lần tiêu sạch.

Huống là chúng sanh tự mình xưng danh hiệu của chư Phật, người này đặng vô lượng phước lành, trừ diệt vô lượng khổ."

KINH ĐỊA TẠNG BỒ TÁT BỔN NGUYỆN QUYỂN TRUNG HẾT

Bổn hạnh Địa Tạng.

Thệ nguyện rộng sâu

Gậy vàng châu sáng độ chúng sanh,

Địa ngục khổ không ngằn,

Tinh tấn kiền thành,

Khỏi mắc khổ trầm luân.

Nam mô Thường Trụ Thập Phương Pháp.

(3 lần)

Nam mô Đại Nguyện Địa Tạng Vương Bồ Tát Ma ha tát. *(3 lần)*

KINH ĐỊA TẠNG BỒ TÁT BỔN NGUYỆN

QUYỂN HẠ

Phẩm thứ mười

SO SÁNH NHƠN DUYÊN CÔNG ĐỨC CỦA SỰ BỐ THÍ

Lúc đó, ngài Địa Tạng Bồ Tát Ma ha tát nương oai thần của Đức Phật, từ chỗ ngồi đứng dậy, quỳ gối chắp tay bạch cùng Đức Phật rằng:

"Bạch Đức Thế Tôn! Con xem xét chúng sanh trong nghiệp đạo so sánh về sự bố thí có nhẹ có nặng. Có người hưởng phước trong một đời, có người hưởng phước trong mười đời, hoặc đến hưởng phước lợi lớn trong trăm đời, nghìn đời.

Những sự ấy tại làm sao thế? Cúi xin Đức Thế Tôn dạy cho."

Bấy giờ, Đức Phật bảo ngài Địa Tạng Bồ Tát rằng: "Nay Ta ở trong toàn thể chúng hội nơi cung trời Đao Lợi này giảng về sự so sánh công đức khinh trọng của việc bố thí ở Diêm Phù Đề. Ông phải lóng nghe, Ta sẽ vì ông mà nói!"

Ngài Địa Tạng Bồ Tát bạch cùng Đức Phật rằng: "Chính con nghi ngờ việc ấy. Con xin ưa muốn nghe."

Đức Phật bảo ngài Địa Tạng Bồ Tát rằng: "Trong cõi Nam Diêm Phù Đề có các vị Quốc vương, hàng Tể phụ quan chức lớn, hàng đại Trưởng giả, hàng đại Sát Đế Lợi, hàng đại Bà La Môn v.v...

Nếu gặp kẻ hết sức nghèo túng, nhẫn đến kẻ tật nguyền câm ngọng, kẻ điếc ngây mù quáng, gặp những hạng người thân thể không được vẹn toàn như thế.

Lúc các vị Quốc vương đó v.v... muốn bố thí, nếu có thể đủ tâm từ bi lớn, lại có lòng vui vẻ tự hạ mình, tự tay mình đem của ra bố thí cho tất cả những kẻ đó, hoặc bảo người khác đem cho, lại dùng lời ôn hòa dịu dàng an ủi.

Các vị Quốc vương, Đại thần đó v.v... đặng phước lợi bằng phước lợi công đức cúng dường cho một trăm hàng hà sa chư Phật vậy.

Tại làm sao? Chính bởi vị Quốc vương đó v.v... phát tâm đại từ bi đối với kẻ rất mực nghèo cùng và với những người tàn tật kia, cho nên phước lành được hưởng quả báo như thế này, trong trăm nghìn đời thường được đầy đủ những đồ thất bảo, huống là những thứ để thọ dùng như y phục đồ uống ăn v.v...

Lại vầy nữa, này Địa Tạng Bồ Tát! Trong đời sau, như có vị Quốc vương cho đến hàng Bà La Môn v.v... gặp chùa tháp thờ Phật, hoặc hình tượng Phật, cho đến hình tượng Bồ Tát, Thanh Văn hay Bích Chi Phật, đích thân tự sửa sang, cúng dường bố thí.

Vị Quốc vương đó, sẽ đặng trong ba kiếp làm vị trời Đế Thích hưởng sự vui sướng tốt lạ.

Nếu có thể đem phước lành bố thí đó mà hồi hướng cho tất cả chúng sanh trong pháp giới, thời vị Quốc vương đó, trong mười kiếp thường được làm vị trời Đại Phạm Thiên vương.

Lại thế này nữa, này Địa Tạng Bồ Tát! Trong đời sau, nếu có vị Quốc Vương cho đến hàng Bà La Môn v.v... Gặp chùa tháp của Đức Phật thưở trước, hoặc là Kinh điển hay hình tượng bị hư sụp rách rã, liền có thể phát tâm tu bổ lại.

Vị Quốc vương đó, hoặc tự mình đích thân lo sửa sang, hoặc khuyến hóa người khác cho đến khuyến hóa trăm nghìn người khác cùng chung bố thí cúng dường để kết duyên lành.

Vị Quốc vương đó, trong trăm nghìn đời thường làm vua Chuyển Luân, còn những người khác chung cùng làm việc bố thí đó, trong trăm nghìn đời thường làm vua nước nhỏ.

Nếu lại ở trước chùa tháp có thể phát tâm đem công đức cúng dường bố thí đó mà hồi hướng về đạo Vô thượng Chánh giác, được như vậy thời vị Quốc vương đó cho đến tất cả mọi người đều sẽ thành Phật cả, bởi quả báo ấy rộng lớn vô lượng vô biên.

Lại vầy nữa, này Địa Tạng Bồ Tát! Trong đời sau, như có vị Quốc vương hay hàng Bà La Môn, gặp những người già yếu tật bịnh và kẻ phụ nữ sanh đẻ, nếu trong khoảng chừng một niệm sanh lòng từ lớn đem thuốc men, cơm nước, giường chiếu bố thí, làm cho những kẻ ấy được an vui.

Phước đức đó rất không thể nghĩ bàn đến được, trong một trăm kiếp thường làm vua trời Tịnh Cư, trong hai trăm kiếp thường làm vua sáu từng trời cõi Dục, không bao giờ còn đọa vào ác đạo, cho đến trong trăm nghìn đời, lỗ tai không hề nghe đến tiếng khổ, rốt ráo sẽ thành Phật đạo.

Lại vầy nữa, này Địa Tạng Bồ Tát! Trong đời sau như có vị Quốc vương và Bà La Môn, có thể làm những việc bố thí như thế sẽ đặng vô lượng phước lành.

Nếu lại có thể đem phước đức đó hồi hướng đạo Bồ đề, thời không luận là nhiều hay ít, rốt ráo sẽ thành Phật cả, huống gì là những quả trời Phạm Vương, trời Đế Thích, vua Chuyển Luân.

Này Địa Tạng Bồ Tát! Vì thế nên khuyến hóa tất cả chúng sanh đều phải học theo như thế.

Lại vầy nữa, này Địa Tạng Bồ Tát! Trong đời sau, như có thiện nam kẻ thiện nữ nào ở trong Phật pháp mà gieo trồng chút ít cội phước lành chừng bằng cái lông, sợi tóc, hột cát, mảy bụi, phước lợi của những người đó sẽ hưởng thọ không thể ví dụ thế nào cho được.

Lại vầy nữa, này Địa Tạng Bồ Tát! Trong đời sau, như có kẻ thiện nam cùng người thiện nữ nào gặp hình tượng Phật, hình tượng Bồ Tát, hình tượng Bích Chi Phật, hình tượng vua Chuyển Luân mà bố thí cúng dường, thời đặng vô lượng phước lành, thường sanh ở cõi người, cõi trời hưởng sự vui thù thắng vi diệu.

Như có thể đem công đức hồi hướng cho cả pháp giới chúng sanh, thời phước lợi của người ấy không thể ví dụ thế nào cho được.

Lại vầy nữa, này Địa Tạng Bồ Tát! Trong đời sau, như có kẻ thiện nam người thiện nữ nào gặp Kinh điển Đại thừa hoặc nghe thấy một bài kệ, một câu Kinh, rồi phát tâm ân cần trân trọng cung kính ngợi khen, bố thí cúng dường, người ấy được quả báo vô lượng vô biên.

Nếu có thể đem phước đức hồi hướng cho khắp pháp giới chúng sanh thời phước lợi này không thể ví dụ thế nào cho được.

Lại vầy nữa, này Địa Tạng Bồ Tát! Trong đời sau, như có kẻ thiện nam người thiện nữ nào, gặp chùa tháp và Kinh điển Đại thừa, nếu là Kinh tháp mới thời bố thí cúng dường, chiêm ngưỡng lễ lạy ngợi khen chắp tay cung kính.

Nếu gặp Kinh tháp cũ, hoặc hư rách thời sửa sang tu bổ, hoặc riêng mình phát tâm làm, hoặc khuyến người khác cùng đồng phát tâm.

Những người đồng phát tâm đây, trong ba mươi đời thường làm vua các nước nhỏ. Còn vị Đàn việt chính đó thường làm vua Chuyển Luân, lại dùng pháp lành mà giáo hóa vua các nước nhỏ.

Lại vầy nữa, này Địa Tạng Bồ Tát! Trong đời sau, như có người thiện nam kẻ thiện nữ nào, ở nơi cội phước lành đã gieo trồng trong Phật pháp, hoặc là bố thí cúng dường, hoặc là tu bổ chùa tháp, hoặc sửa sang Kinh điển, cho đến chừng bằng một sợi lông, một mảy bụi, một hột cát, một giọt nước.

Những sự lành như thế không luận nhiều ít, chỉ có thể đem hồi hướng cho khắc pháp giới chúng sanh, thời công đức của người đó trong trăm nghìn đời thường hưởng thọ sự vui thượng diệu.

Còn như chỉ hồi hướng cho thân quyến trong nhà hoặc tự mình được lợi ích thôi, như thế thời sẽ hưởng quả vui trong ba đời, cứ làm một phần sự lành, thời được hưởng báo tốt một muôn lần trội hơn.

Này Địa Tạng Bồ Tát! Những nhơn duyên công đức về sự bố thí như thế đó."

Phẩm thứ mười một
ĐỊA THẦN HỘ PHÁP

Lúc đó, vị Kiên Lao Địa Thần bạch cùng Đức Phật rằng: "Bạch Đức Thế Tôn! Từ trước đến nay, con từng chiêm ngưỡng đảnh lễ vô lượng vị đại Bồ Tát, đều là những bậc trí huệ thần thông lớn không thể nghĩ bàn độ khắp mọi loài chúng sanh.

Ngài Địa Tạng Bồ Tát đây so với các vị Bồ Tát chỗ thệ nguyện rất là sâu rộng.

Bạch Đức Thế Tôn! Ngài Địa Tạng Bồ Tát đây có nhơn duyên lớn với chúng sanh trong cõi Diêm Phù Đề.

Như ngài Văn Thù, ngài Phổ Hiền, ngài Quan Âm, ngài Di Lặc cũng hóa hiện trăm nghìn thân hình để độ chúng sanh trong sáu đường, nhưng chỗ phát nguyện của các Ngài còn có lúc hoàn mãn.

Ngài Địa Tạng Bồ Tát đây phát thệ nguyện giáo hóa tất cả chúng sanh trong sáu đường trải đến kiếp số như số cát trong trăm nghìn ức sông Hằng.

Bạch Đức Thế Tôn! Con xem xét chúng sanh ở hiện tại nay và về vị lai sau, nơi chỗ sạch sẽ ở phương Nam trong cuộc đất của mình ở, dùng đất đá, tre gỗ mà dựng cất cái khám cái thất.

Trong đó có thể họa vẽ, cho đến dùng vàng, bạc, đồng, sắt đúng nắn hình tượng Địa Tạng Bồ Tát, đốt hương cúng dường, chiêm lễ ngợi khen, thời chỗ người đó ở được mười điều lợi ích.

Những gì là mười điều?

Một là đất cát tốt mầu,

Hai là nhà cửa an ổn mãi mãi,

Ba là người đã chết được sanh lên cõi Trời,

Bốn là những người hiện còn hưởng sự lợi ích,

Năm là cầu chi cũng toại ý cả,

Sáu là không có tai hoạ về nước và lửa,

Bảy là trừ sạch việc hư hao,

Tám là dứt hẳn ác mộng,

Chín là khi ra lúc vào có thần theo hộ vệ,

Mười là thường gặp bậc Thánh nhơn.

Bạch Đức Thế Tôn! Chúng sanh trong đời sau cùng hiện tại nay, nếu ở nơi phần đất của mình cư trụ mà có thể làm ra sự cúng dường ngài Địa Tạng như thế, thời được sự lợi ích như vậy."

Vị Kiên Lao Địa Thần lại bạch với Đức Phật rằng:

"Bạch Đức Thế Tôn! Trong đời sau này, như có người thiện nam kẻ thiện nữ nào, ở trong chỗ của mình cư trụ mà có Kinh điển này cùng hình tượng của ngài Địa Tạng Bồ Tát, người đó lại có thể đọc tụng Kinh điển này và cúng dường hình tượng của Bồ Tát.

Thời con dùng thần lực của con thường hộ vệ người đó, cho đến tất cả sự tai họa như nước, lửa, trộm cướp, nạn lớn, nạn nhỏ v.v... thảy đều tiêu sạch."

Đức Phật bảo Kiên Lao Địa Thần rằng: "Thần lực rộng lớn của ông, các thần khác ít ai bằng.

Vì cớ sao? Vì đất đai trong cõi Diêm Phù Đề đều nhờ ông hộ trợ, cho đến cây cỏ, cát đá, lúa mè, tre lau, gạo thóc, của báu, tất cả những thứ từ đất mà có ra đều nhờ nơi sức thần của ông cả.

Nay ông lại tuyên bày những sự lợi ích của ngài Địa Tạng Bồ Tát, thời công đức và thần thông của ông lại càng thêm trăm nghìn lần trội hơn lúc thường.

Này Địa Thần! Trong đời sau, như có kẻ thiện nam người thiện nữ nào cúng dường Địa Tạng Bồ Tát cùng đọc tụng Kinh điển này, chỉ có thể tu hành theo một việc mà trong Kinh "Địa Tạng Bồ Tát Bổn Nguyện" đã dạy.

Thời ông nên dùng thần lực của ông mà ủng hộ người đó, chớ để tất cả sự tai hại cùng sự không vừa ý đến nghe nơi tai, huống nữa là để cho phải chịu.

Chẳng phải chỉ riêng mình ông hộ trì người đó, cũng có hàng quyến thuộc của Phạm Vương, Đế Thích, quyến thuộc của chư Thiên ủng hộ người đó.

Tại sao lại đặng các vị Hiền Thánh ủng hộ như thế?

Đều do vì những người ấy chiêm lễ hình tượng Địa Tạng Bồ Tát và đọc tụng Kinh "Bổn Nguyện" này, tự nhiên được rốt ráo xa lìa biển khổ chứng đạo Niết Bàn an vui, vì thế nên đặng ủng hộ một cách lớn lao như thế."

Phẩm thứ mười hai
THẤY NGHE ĐƯỢC LỢI ÍCH

Đức Phật phóng quang tuyên cáo

Lúc đó, từ trên đảnh môn, Đức Thế Tôn phóng ra cả trăm nghìn muôn ức tia sáng lớn.

Như là: Tia sáng sắc trắng, tia sáng sắc trắng lớn, tia sáng lành tốt, tia sáng lành tốt lớn, tia sáng ngọc, tia sáng ngọc lớn, tia sáng sắc tía, tia sáng sắc tía lớn, tia sáng sắc xanh, tia sáng sắc xanh lớn, tia sáng sắc biếc, tia sáng sắc biếc lớn, tia sáng sắc hồng, tia sáng sắc hồng lớn, tia sáng màu lục, tia sáng màu lục lớn, tia sáng màu vàng y, tia sáng màu vàng y lớn, tia sáng tướng mây lành, tia sáng tướng mây lành lớn, tia sáng tướng nghìn vòng tròn, tia sáng tướng nghìn vòng tròn lớn, tia sáng vòng tròn báu, tia sáng vòng tròn báu lớn, tia sáng vừng mặt trời, tia sáng vừng mặt trời lớn, tia sáng vừng mặt trăng, tia sáng vừng mặt trăng lớn, tia sáng tướng cung điện, tia sáng tướng cung điện lớn, tia sáng tướng mây biển, tia sáng tướng mây biển lớn.

Từ trên đảnh môn phóng ra những luồng tia sáng như thế xong, lại nói ra những tiếng vi diệu mà bảo đại chúng rằng:

"Này tám bộ chúng Trời, Rồng, người cùng phi nhơn v.v...! Lóng nghe hôm nay Ta ở tại cung trời Đao Lợi tuyên bày ngợi khen những sự lợi ích trong hàng trời người, những sự không thể nghĩ bàn, những sự về nhơn hạnh lên bậc Thánh, những sự chứng quả Thập địa, những sự rốt ráo không lui sụt nơi đạo Vô thượng Chánh đẳng Chánh giác... của ngài Địa Tạng Bồ Tát."

Quán Thế Âm cầu thỉnh

Lúc Đức Phật nói lời trên đó vừa dứt tiếng, trong pháp hội có một vị đại Bồ Tát hiệu là Quán Thế Âm, từ chỗ ngồi đứng dậy, quỳ gối chắp tay mà bạch cùng Đức Phật rằng:

"Bạch Đức Thế Tôn! Ngài Địa Tạng đại Bồ Tát đầy đủ đức từ bi lớn, Ngài thương xót chúng sanh mắc tội khổ ở trong muôn nghìn ức thế giới, Ngài hóa hiện ra nghìn muôn ức thân, bao nhiêu công đức và sức oai thần chẳng thể nghĩ bàn của Ngài, con đã từng nghe Đức Thế Tôn cùng vô lượng chư Phật trong mười phương, khác miệng đồng lời ngợi khen ngài Địa Tạng Bồ Tát.

Dầu cho các Đức Phật trong thuở quá khứ, thuở hiện tại và thuở vị lai nói công đức của ngài Địa Tạng Bồ Tát vẫn chẳng thể nói hết.

Vừa rồi lại được Đức Thế Tôn bảo khắp trong đại chúng rằng Đức Phật muốn tuyên nói các sự lợi ích của ngài Địa Tạng Bồ Tát.

Cúi mong Đức Thế Tôn vì tất cả chúng sanh ở hiện tại và vị lai mà tuyên nói những sự chẳng thể nghĩ bàn của ngài Địa Tạng Bồ Tát, làm cho tám bộ chúng Trời, Rồng, v.v... chiêm ngưỡng lễ lạy ngài Địa Tạng Bồ Tát để đặng phước lành."

Đức Phật tán thán và hứa khả

Đức Phật bảo ngài Quán Thế Âm Bồ Tát: "Ông có nhơn duyên rất lớn với chúng sanh trong cõi Ta Bà. Những hàng Trời,

Rồng, hoặc nam tử nữ nhơn, hoặc Thần, hoặc Quỷ, cho đến chúng sanh mắc phải tội khổ trong sáu đường nếu kẻ nào nghe danh hiệu của ông, thấy hình tượng của ông, hay mến tưởng đến ông cùng khen ngợi ông.

Thời chúng sanh ấy đều ở nơi đạo Vô thượng Chánh giác quyết chẳng còn thối chuyển, thường được sanh vào cõi người, cõi trời hưởng đủ sự vui vi diệu, khi nhân quả sắt thành thục liền được Phật thọ ký cho.

Nay ông sẵn lòng từ bi lớn thương xót các loài chúng sanh và tám bộ chúng Trời, Rồng v.v... mà muốn nghe Ta nói những sự lợi ích chẳng thể nghĩ bàn của ngài Địa Tạng Bồ Tát.

Ông nên lóng nghe cho kỹ, nay Ta sẽ nói đó!"

Ngài Quán Thế Âm Bồ Tát bạch rằng: "Vâng! Bạch Đức Thế Tôn! Con xin ưa muốn nghe."

Thấy nghe thêm phước trời

Đức Phật bảo ngài Quán Thế Âm Bồ Tát: "Trong các thế giới về thuở hiện tại nay và vị lai sau, có vị trời nào, hưởng phước trời đã mãn, năm tướng suy hao hiện ra nơi thân, hoặc có kẻ phải đọa lạc nơi chốn ác đạo.

Các vị trời đó, hoặc nam hoặc nữ đương lúc tướng suy hao hiện, hoặc thấy hình tượng của ngài Địa Tạng Bồ Tát, rồi một lần chiêm ngưỡng một lần đảnh lễ.

Thời các vị trời đó càng thêm lớn phước trời, hưởng sự vui sướng rất nhiều không bao giờ còn phải bị đọa lạc vào ba ác đạo nữa.

Huống chi là những người thấy hình tượng Bồ Tát, nghe danh hiệu Bồ Tát, rồi đem các thứ hương hoa, đồ y phục, đồ uống ăn, vật báu, chuỗi ngọc... mà bố thí cúng dường, thời người này đặng vô lượng vô biên công đức phước lợi.

Người bịnh được lợi

Lại vầy nữa, này Quán Thế Âm! Trong các thế giới về thuở hiện tại nay và vị lai sau, những hàng chúng sanh trong sáu đường, như có kẻ sắp mạng chung mà đặng nghe một tiếng danh hiệu của ngài Địa Tạng Bồ Tát thoáng qua lỗ tai, thì kẻ mạng chúng đó không còn bị đọa vào chốn khổ ba ác đạo.

Huống chi là lúc sắp mạng chung, cha mẹ cùng hàng thân quyến đem của cải nhà cửa, vật báu, y phục v.v... của người sắp mạng chung đó mà làm chi phí để tô đắp hay hoạ vẽ hình tượng của ngài Địa Tạng Bồ Tát.

Rồi làm cho người bịnh lúc chưa chết, hoặc mắt thấy tai nghe biết rằng hàng thân quyến đem nhà cửa, vật báu v.v... vì mình mà tô vẽ hình tượng của ngài Địa Tạng Bồ Tát.

Người bịnh đó nếu có nghiệp báo phải mang lấy bịnh nặng, thời nhờ công đức này liền được lành mạnh, tuổi thọ thêm lâu.

Còn nếu người bịnh đó có nghiệp báo số mạng đã hết, lại có đủ tất cả tội chướng, nghiệp chướng đáng lẽ phải đọa vào chốn ác đạo, song vì nhờ công đức này nên sau khi mạng chung, liền được sanh vào cõi trời, cõi người hưởng quả vui thù thắng vi diệu, tất cả tội chướng thảy đều tiêu sạch.

Tiên vong được phước

Lại vầy nữa, này Quán Thế Âm Bồ Tát! Về đời sau, nếu có kẻ nam tử, người nữ nhơn nào, hoặc lúc còn bú mớm, hoặc lúc lên ba tuổi, hoặc lúc lên năm tuổi, mười tuổi trở xuống mà chết mất cha mẹ cho đến chết mất anh em chị em.

Đến khi người đó khôn lớn nhớ tưởng đến cha mẹ cùng hàng thân quyến không rõ đọa lạc vào chốn nào, hay sanh về thế giới nào, hoặc sanh lên cõi trời nào?

Người đó như có thể tô vẽ hình tượng của ngài Địa Tạng Bồ Tát, nhẫn đến nghe danh hiệu của Ngài rồi một lần chiêm ngưỡng một lần đảnh lễ, từ một ngày cho đến bảy ngày đừng thối thất tâm ban đầu, nghe danh hiệu thấy hình tượng chiêm lễ cúng dường.

Thời quyến thuộc đã sớm khuất của người đó nếu do ác nghiệp mà bị đọa vào ác đạo, tính ra phải chịu đến số kiếp, nay nhờ công đức tô vẽ hình tượng của ngài Địa Tạng Bồ Tát và chiêm lễ cúng dường của con cái, hay của anh em chị em, nên liền đặng giải thoát, được sanh lên cõi trời cõi người hưởng quả vui thù thắng vi diệu.

Còn như quyến thuộc đã sớm khuất của người đó có phước lành, đã được sanh lên cõi trời cõi người hưởng thọ quả vui thù thắng vi diệu rồi, thời nhờ công đức này càng thêm lớn nghiệp nhân về bậc Thánh, hưởng vô lượng quả vui.

Như người đó lại có thể trong hai mươi mốt ngày, chuyên lòng chiêm lễ hình tượng của ngài Địa Tạng Bồ Tát và niệm lấy danh hiệu của Ngài đủ số một muôn biến, sẽ đặng Địa Tạng Bồ Tát hiện vô biên thân, mách cho người đó rõ nơi cõi của hàng thân quyến sớm khuất kia đã sanh về.

Hoặc trong giấc mộng, Địa Tạng Bồ Tát hiện sức thần thông lớn, tự dắt người đó đến các thế giới thấy hàng quyến thuộc.

Nếu người đó lại có thể trong mỗi ngày niệm danh hiệu của Bồ Tát một nghìn biến luôn đến một nghìn ngày.

Thời người đó sẽ được Bồ Tát sai các vị Quỷ Thần ở tại chỗ đó hộ vệ trọn đời, hiện đời món ăn đồ mặc dư dật, không có các thứ bịnh khổ, cho đến các sự tai vạ còn không hề vào đến cửa, huống nữa là đến nơi thân.

Rốt ráo rồi người đó được ngài Địa Tạng Bồ Tát xoa đảnh thọ ký cho.

Nguyện lớn sớm thành

Lại vầy nữa, này Quán Thế Âm Bồ Tát! Về đời sau, như có kẻ thiện nam người thiện nữ nào muốn phát lòng từ rộng lớn để cứu độ tất cả chúng sanh, muốn tu đạo Vô thượng Chánh giác, muốn thoát khỏi Tam giới.

Những người đó thấy hình tượng và nghe danh hiệu của ngài Địa Tạng Bồ Tát, rồi chí tâm quy y hoặc đem hương hoa, y phục, vật báo, đồ ăn uống v.v... để cúng dường chiêm ngưỡng đảnh lễ, thời chỗ nguyện cầu của kẻ thiện nam cùng thiện nữ đó mau được thành tựu không bao giờ bị chướng ngại.

Lại vầy nữa, này Quán Thế Âm Bồ Tát! Trong đời sau, như có kẻ thiện nam, người thiện nữ nào, muốn cầu trăm nghìn muôn ức điều nguyện, trăm nghìn muôn ức sự về hiện tại cùng vị lai, thời chỉ nên quy y chiêm ngưỡng đảnh lễ, cũng dường, ngợi khen hình tượng của ngài Địa Tạng Bồ Tát.

Được như thế thời nguyện những chi và cầu những chi thảy đều thành tựu cả.

Lại cầu mong Địa Tạng Bồ Tát, vận đức từ bị rộng lớn ủng hộ mãi cho, người đó trong giấc chiêm bao liền đặng ngài Địa Tạng Bồ Tát xoa đảnh thọ ký.

Được trí huệ

Lại vầy nữa, này Quán Thế Âm Bồ Tát! Trong đời sau, như có người thiện nam, kẻ thiện nữ nào sanh lòng rất trân trọng đối với Kinh điển Đại thừa, phát tâm bất tư nghị muốn đọc muốn tụng Kinh điển ấy.

Dầu gặp đặng bậc Minh sư truyền dạy

cho những người đó học tập, nhưng đọc rồi quên rồi, trải đến cả tháng cả năm vẫn không đọc tụng được.

Những kẻ thiện nam đó vì có nghiệp chướng đời trước chưa trừ sạch, cho nên ở nơi Kinh điển Đại thừa không có công năng đọc tụng.

Những hạng người này khi nghe danh hiệu của ngài Địa Tạng Bồ Tát cùng thấy hình tượng của ngài Địa Tạng Bồ Tát, đem hết bổn tâm cung kính bày tỏ với Bồ Tát, rồi dùng hương hoa, y phục, đồ ăn, tất cả đồ ngọa cụ, v.v... cúng dường hình tượng Bồ Tát.

Dùng một chén nước trong để trước tượng Bồ Tát một ngày một đêm, sau đó cung kính chắp tay thỉnh để uống, xây mặt về hướng Nam.

Khi nước vào miệng phải chí tâm trịnh trọng, uống nước xong, phải cữ ngũ tân, rượu, thịt, tà dâm, vọng ngữ và việc giết hại trong bảy ngày hoặc hai mươi mốt ngày.

Người thiện nam cùng thiện nữ đó trong giấc chiêm bao thấy Địa Tạng Bồ Tát hiện thân vô biên rưới nước trên đảnh của người đó.

Sau khi thức dậy, người đó liền đặng thông minh, một phen nghe đến những Kinh điển Đại thừa ấy liền sẽ nhớ mãi, không bao giờ còn quên một câu kệ nữa.

Tai nạn tiêu trừ

Lại vầy nữa, này Quán Thế Âm Bồ Tát! Về trong đời sau, như có người nào ăn mặc không đủ, cầu chi cũng không toại nguyện, hoặc thân nhiều tật bịnh, hoặc nhiều sự hung suy, nhà cửa không yên ổn, quyến thuộc chia lìa, hoặc các sự tai vạ cứ đến khuấy nhiễu nơi thân luôn, trong giấc mộng thường phải kinh sợ.

Những người như thế đó, khi nghe danh hiệu của ngài Địa Tạng Bồ Tát, thấy hình tượng của ngài Địa Tạng Bồ Tát nên chí tâm cung kính niệm đủ một muôn biến, thời những sự không toại ý trên đó sẽ tiêu sạch lần lần, liền đặng an vui, đồ ăn mặc dư dật, cho đến trong giấc mộng thảy đều an ổn vui vẻ.

Khỏi hiểm nguy

Lại vầy nữa, này Quán Thế Âm Bồ Tát! Về đời sau, nếu có người thiện nam thiện nữ nào, hoặc nhơn sự làm ăn, hoặc nhơn sự công chuyện tư, hoặc nhơn sự sanh cùng tử, hoặc nhơn việc gấp mà phải vào trong rừng núi, hay là qua sông vượt biển hoặc gặp nước lụt lớn, hoặc đi ngang đường hiểm trở.

Người ấy trước khi đi nên niệm danh hiệu của ngài Địa Tạng Bồ Tát một muôn biến, được thế thời đi qua nơi nào chốn nào cũng có các vị Quỷ Thần hộ vệ, lúc đi đứng, khi nằm ngồi, đều được an ổn vui vẻ luôn, cho đến dầu gặp loài hùm sói sư tử... nhưng tất cả thứ độc hại đều không thể phạm đến người đó được."

Đức Phật bảo ngài Quán Thế Âm Bồ Tát: "Ngài Địa Tạng Bồ Tát có nhơn duyên rất lớn với cõi Diêm Phù Đề. Nếu nói về những sự mà các hàng chúng sanh thấy hình nghe tên của ngài Địa Tạng Bồ Tát được lợi ích, thời dầu nói đến trong trăm nghìn kiếp cũng không hết được.

Này Quán Thế Âm Bồ Tát! Vì thế ông nên dùng thần lực mà lưu truyền Kinh này làm cho chúng sanh trong cõi Ta Bà đây mãi đến trăm nghìn kiếp được hưởng những sự an vui luôn."

Bấy giờ, Đức Thế Tôn liền nói kệ rằng:

Ta xem Địa Tạng sức oai thần
Kiếp số hằng sa khó tỏ trần,
Thấy nghe một niệm chiêm ngưỡng lễ.
Trời, người lợi ích sự không ngằn
Hoặc Rồng, hoặc Thần cùng nam nữ
Báo tận sẽ sa vào đường dữ,
Chí tâm quy mạng Đại sĩ thân,
Tuổi thọ thêm nhiều trừ tội dữ.
Trẻ thơ chết mất mẹ cùng cha,
Huynh đệ chị em kẻ ruột rà,
Lớn khôn nghĩ đến đều không biết,
Nẻo dữ đường lành ở đâu là?

Hoặc vẽ, hoặc tô Đại sĩ hình,
Cảm thương chiêm lễ biệt chẳng đành,
Hăm mốt ngày luôn niệm danh hiệu.
Bồ Tát hiện thân đến bên mình,
Chỉ rành quyến thuộc ở nơi nào,
Dầu sa ác thú cũng ra mau,
Nếu được không lui lòng kính ngưỡng.
Thánh ký, Bồ Tát vuốt đầu trao.
Bồ đề Vô thượng muốn tu hành,
Mong ra ba cõi khỏi tử sanh,
Người này đã phát lòng bi lớn
Trước nên chiêm lễ Đại sĩ hình.
Nghe tên, quy y Đấng trọn lành,
Cúng dường cung kính phát lòng thành,
Nghiệp chướng chẳng hề ngăn chướng
đặng

Bao nhiêu mong ước sớm viên thành.
Có kẻ phát tâm tụng Kinh sách
Muốn độ chúng sanh khỏi tai ách
Dầu lập nguyện lớn chẳng nghĩ bàn
Đọc rồi quên rồi luôn sót mất.
Người này nghiệp chướng nó làm mê
Học Đại thừa Kinh khó mọi bề,
Y phục, ăn uống, các ngọa cụ,
Cúng dường Địa Tạng với hương hoa.
Dùng chén nước trong bày trước tượng,
Cách một ngày đêm bưng lấy uống
Sanh lòng ân trọng cữ ngũ tân
Rượu, thịt, tà dâm cùng dối luống.
Trong hăm mốt ngày chớ sát sanh,
Chuyên lòng tưởng niệm Thượng Nhơn danh,

Chiêm bao thấy rõ Tôn dung hiện
Thức rồi, liền đặng trí khôn lanh.
Đại thừa Kinh giáo nghe qua tai,
Chính nhờ Đại sĩ oai thần lớn
Thầm giúp người kia có huệ tài.
Chúng sanh nghèo khổ lại ốm đau,
Cửa nhà họa hoạn, người lìa nhau
Ngủ mê mộng mị không an giấc,
Cầu muốn hỏng hư chẳng được nào!
Dốc lòng chiêm lễ Địa Tạng ngài,
Bao nhiêu việc ác thảy tiêu ngay
Nhẫn đến chiêm bao đều an cả,
Quỷ Thần phò hộ, của dư xài.
Muốn qua sông biển đến núi rừng,
Cầm thú độc nguy, giặc đón đường,

Ác Thần, ác Quỷ, mưa gió dữ
Nhiều nỗi gian nan khốn không lường,
Sắp sửa ra đi đối trước tượng
Cúng dường kính lễ cùng chiêm ngưỡng
Núi rừng biển cả có vào trong
Ác tai tiêu sạch thường an sướng.
Quán Âm lóng nghe Ta nói rõ
Địa Tạng vô lượng oai thần đó,
Trăm nghìn muôn kiếp thuật chẳng rồi,
Rộng tuyên Đại sĩ đầy sức nọ!
Như người nghe đến Địa Tạng danh,
Thấy hình chiêm lễ hết lòng thành,
Hương hoa, ăn uống, dâng y phục,
Trăm nghìn báo đẹp hưởng điều lành.
Nếu hay đem công hồi pháp giới,

Rốt ráo thành Phật, sanh tử khỏi,

Quán Âm nên biết gắng tuyên bày,

Truyền khắp hằng sa nhiều nước cõi!

Phẩm thứ mười ba
DẶN DÒ CỨU ĐỘ NHƠN THIÊN

Đức Phật giao phó

Lúc đó, Đức Thế Tôn giơ cánh tay sắc vàng xoa đảnh ngài Địa Tạng đại Bồ Tát mà bảo rằng:

"Địa Tạng! Địa Tạng! Thần lực của ông không thể nghĩ bàn, đức từ bi của ông không thể nghĩ bàn, trí huệ của ông không thể nghĩ bàn, biện tài của ông không thể nghĩ bàn.

Dầu cho các Đức Phật ở mười phương khen ngợi tuyên nói những sự chẳng thể nghĩ bàn của ông trăm nghìn muôn kiếp cũng chẳng hết đặng.

Này Địa Tạng! Địa Tạng! Ông nên nhớ hôm nay Ta ở trong cung trời Đao Lợi, nơi pháp hội lớn có trăm nghìn muôn ức bất khả thuyết, bất khả thuyết tất cả các Đức Phật, các vị Bồ Tát, các hàng Trời, Rồng, tám bộ chúng đây, một lần nữa đem các hàng chúng sanh, những kẻ ở trong nhà lửa chưa ra khỏi ba cõi, mà giao phó cho ông.

Ông chớ để các chúng sanh đó phải đọa vào ác đạo dầu là chừng một ngày, một đêm, huống chi lại để cho chúng nó phải bị đọa lạc vào địa ngục ngũ Vô Gián cùng địa ngục A Tỳ, mãi đến nghìn muôn ức kiếp không lúc nào ra khỏi ư!

Này Địa Tạng! Tâm tánh của chúng sanh cõi Diêm Phù Đề không định, phần đông đều quen theo thói ác, thoảng hoặc có người phát tâm lành, nhưng rồi không bao lâu liền thối thất, còn như duyên ác lại luôn luôn tăng trưởng.

Cũng vì lẽ đó, nên Ta phải chia thân này ra trăm nghìn ức để hóa độ, thuận theo căn tánh của chúng nó hầu làm cho chúng nó được giải thoát.

Này Địa Tạng! Hôm nay Ta ân cần đem chúng trời, người giao phó cho ông.

Trong đời sau, như có hàng trời, người cùng thiện nam, thiện nữ nào trồng chút ít căn lành ở trong Phật pháp, chừng bằng sợi lông, mảy trần, hột cát, giọt nước, thời ông nên dùng đạo lực của ông ủng hộ người đó, làm cho người đó tu tập lần lần đạo hạnh Vô thượng, chớ để họ thối thất.

Lại vầy nữa, này Địa Tạng Bồ Tát! Trong đời sau, hoặc có trời hay người nào phải theo nghiệp mà thọ báo bị đọa vào chốn ác đạo, đến khi bị đọa vào ác đạo vừa bước đến cửa ngục, những chúng sanh đó nếu có thể niệm đặng danh hiệu của Đức Phật, hay danh hiệu của một vị Bồ Tát, cùng một câu một kệ Kinh điển Đại thừa.

Ông nên dùng thần lực của ông tìm phương chước cứu vớt các chúng sanh đó, ông nên hiện thân ra trước kẻ đó, phá tan địa ngục làm cho họ được sanh lên cõi trời hưởng những sự vui vi diệu thù thắng."

Bấy giờ, Đức Thế Tôn liền nói kệ rằng:

Đời nay đời sau chúng Thiên, Nhơn,
Nay Ta ân cần dặn bảo ông;
Dùng đại thần thông quyền độ họ,
Đừng cho ác đạo đọa vào trong.

Bồ Tát tuân chỉ

Bấy giờ, ngài Địa Tạng đại Bồ Tát quỳ gối chắp tay bạch cùng Đức Phật rằng:

"Bạch Đức Thế Tôn! Cúi xin Đức Thế Tôn chớ lo.

Trong đời sau, nếu có người thiện nam cùng kẻ thiện nữ nào, đối với trong Phật pháp có một niệm cung kính, con dùng trăm nghìn phương tiện độ thoát người đó, làm cho mau đặng giải thoát trong đường sanh tử, huống nữa là nghe các việc lành rồi luôn luôn tu hành, tự nhiên ở nơi đạo Vô thượng không bao giờ còn thối chuyển."

Hư Không Tạng bạch hỏi

Lúc ngài Địa Tạng Bồ Tát bạch lời nói trên đó vừa xong, trong pháp hội có một vị Bồ Tát tên là Hư Không Tạng bạch cùng Đức Phật rằng:

"Bạch Đức Thế Tôn! Từ khi con đến cung trời Đao Lợi này nghe Đức Như Lai ngợi khen oai thần thế lực không thể nghĩ bàn của ngài Địa Tạng Bồ Tát.

Trong đời sau, hoặc có người thiện nam cùng thiện nữ nào, cho đến tất cả hàng Trời, Rồng, v.v... nghe Kinh điển này và nghe danh tự của Địa Tạng Bồ Tát, cùng với chiêm lễ hình tượng Địa Tạng Bồ Tát, thời những kẻ ấy được bao nhiêu điều phước lợi?

Cúi mong Đức Thế Tôn vì tất cả chúng sanh ở hiện tại và vị lai mà nói lược việc ấy cho."

Hai mươi tám điều lợi

Đức Phật bảo ngài Hư Không Tạng Bồ Tát: "Lóng nghe! Lóng nghe cho kỹ! Ta sẽ vì ông mà nói rõ việc ấy cho.

Trong đời sau, người thiện nam cùng thiện nữ nào thấy hình tượng của ngài

Địa Tạng Bồ Tát và nghe Kinh này, cho đến đọc tụng, dùng hương hoa, đồ ăn món uống, y phục, vật báu mà bố thí cúng dường ngợi khen chiêm lễ, thời kẻ ấy được hai mươi tám điều lợi ích như sau đây:

1. Các hàng Trời, Rồng thường hộ niệm.
2. Quả lành càng ngày càng thêm lớn.
3. Chứa nhóm nhơn Vô thượng của Thánh.
4. Mãi không còn thối thất đạo Bồ đề.
5. Đồ mặc món ăn dồi dào đầy đủ.
6. Những bịnh tật không đến nơi thân.
7. Khỏi những tai nạn về lửa và nước.
8. Không có bị hại vì trộm cướp.
9. Người khác thấy đến sanh lòng cung kính.
10. Các hàng Quỷ Thần theo hộ trì.

11. Đời sau thân gái sẽ chuyển thành thân trai.
12. Đời sau sẽ làm con gái các hàng Vương giả, Đại thần.
13. Thân tướng xinh đẹp.
14. Phần nhiều được sanh về cõi trời.
15. Hoặc làm bậc vua chúa.
16. Có trí sáng biết rõ việc trong những đời trước.
17. Có mong cầu chi cũng đều được toại ý.
18. Quyến thuộc an vui.
19. Các tai vạ bất ngờ đều dứt sạch.
20. Các nghiệp về ác đạo đều trừ hẳn.
21. Đi đến đâu cũng đều không bị sự trở ngại.
22. Đêm nằm chiêm bao an ổn vui vẻ.
23. Những người thân tộc đã chết nếu có tội, thời được khỏi khổ.

24. Nếu về đời trước có phước thời được thọ sanh về cõi vui sướng.
25. Các bậc Thánh ngợi khen.
26. Căn tánh lanh lợi thông minh.
27. Giàu lòng từ mẫn.
28. Rốt ráo thành Phật.

Bảy điều lợi

Lại vầy nữa, này Hư Không Tạng Bồ Tát! Như hàng Trời, Rồng, Quỷ, Thần ở hiện tại và vị lai nghe danh hiệu của ngài Địa Tạng Bồ Tát, đảnh lễ hình tượng của ngài Địa Tạng Bồ Tát, hoặc nghe các sự về bổn nguyện tu hành của ngài Địa Tạng Bồ Tát mà ngợi khen chiêm lễ, thời sẽ đặng bảy điều lợi ích:

1. Mau chứng bậc Thánh.
2. Nghiệp ác tiêu diệt.
3. Chư Phật đến ủng hộ.
4. Không thối thất Bồ đề.
5. Bổn lực được tăng trưởng.
6. Việc đời trước đều rõ biết.
7. Rốt ráo thành Phật."

Đại hội tán thán

Bấy giờ, bất khả thuyết tất cả các Đức Phật và đại Bồ Tát cùng tám bộ chúng Trời, Rồng... ở mười phương đến sự pháp hội đó, nghe Đức Thích Ca Mâu Ni Phật ngợi khen tuyên bày sức oai thần lớn chẳng thể nghĩ bàn của ngài Địa Tạng Bồ Tát, đều khen là việc chưa từng có.

Lúc đó, trời Đao Lợi rưới vô lượng hương hoa, thiên y, chuỗi ngọc để cúng dường Đức Thích Ca Mâu Ni Phật và Địa Tạng Bồ Tát xong rồi, tất cả đại chúng trong pháp hội đều lại chiêm lễ chắp tay mà lui ra.

KINH ĐỊA TẠNG BỒ TÁT BỔN NGUYỆN QUYỂN HẠ HẾT

Bổn thệ Địa Tạng,
So nhơn trong Kinh,
Tàn tật, câm ngọng do tiền sanh,
Đời nay tụng Đại thừa,
Phước lợi vô cùng
Quyết sen báu vãng sanh.
Nam mô Thường Trụ Thập Phương Tăng.
(3 lần)
Nam mô Đại Nguyện Địa Tạng Vương Bồ Tát Ma ha tát. *(3 lần)*

Đao Lợi, Thế Tôn nói pháp mầu
Địa Tạng công hạnh rất rộng sâu,
Thánh giáo mãi truyền sau chẳng ngớt
Khắp lợi trời, người khỏi khổ sầu.

Trời A Tu La, Dạ Xoa thảy
Đến nghe pháp đó nên chí tâm,
Ủng hộ Phật pháp khiến thường còn
Mỗi vị siêng tu lời Phật dạy,
Bao nhiêu người nghe đến chốn này,
Hoặc trên đất liền hoặc hư không,
Thường đối người đời sanh từ tâm,
Ngày đêm tự mình nương pháp ở.

Nguyện các thế giới thường an ổn,
Phước trí vô biên lợi quần sanh,
Bao nhiêu tội nghiệp thảy đều trừ,
Xa lìa các khổ về viên tịch.
Hằng dùng giới hương xoa vóc sáng,
Thường gìn định phục để giúp thân,
Hoa mầu Bồ đề khắp trang nghiêm,
Tùy theo chỗ ở thường an lạc.
Nam mô Tồi Tà Phụ Chánh Hộ Pháp Chư
Tôn Bồ Tát Ma ha tát. *(3 lần)*

PHẨM HỒI HƯỚNG

Ma Ha Bát Nhã Ba La Mật Đa Tâm Kinh

Quán Tự Tại Bồ Tát hành thâm Bát nhã Ba la mật đa thời chiếu kiến ngũ uẩn giai không, độ nhứt thiết khổ ách.

Xá Lợi Tử! Sắc bất dị không, không bất dị sắc, sắc tức thị không, không tức thị sắc; thọ, tưởng, hành, thức, diệt phục như thị.

Xá Lợi Tử! Thị chư pháp không tướng: bất sanh, bất diệt, bất cấu, bất tịnh, bất tăng, bất giảm. Thị cố, không trung vô sắc, vô thọ, tưởng, hành, thức; vô nhãn, nhĩ, tỵ, thiệt, thân, ý; cô sắc, thinh, hương, vị, xúc, pháp; vô nhãn giới nãi chí vô ý thức giới, vô vô minh, diệc vô vô minh tận, nãi chí vô lão tử, diệc vô lão tử tận; vô khổ, tập, diệt, đạo, vô trí diệc vô đắc.

Dĩ vô sở đắc cố, Bồ đề tát đỏa y Bát nhã Ba la mật đa cố, tâm vô quái ngại, vô quái ngại cố, vô hữu khủng bố, viễn ly điên đảo mộng tưởng, cứu cánh Niết Bàn.

Tam thế chư Phật y Bát nhã Ba la mật đa cố, đắc A nậu đa la Tam miệu tam Bồ đề. Cố tri Bát nhã Ba la mật đa thị đại thần chú, thị đại minh chú, thị vô thượng chú, thị vô đẳng đẳng chú, năng trừ nhứt thiết khổ, chơn thiệt bất hư. Cố thuyết Bát nhã Ba la mật đa chú. Tức thuyết chú viết: Yết đế, yết đế, ba la yết đế, ba la tăng yết đế, Bồ đề tát bà ha.

Bạt Nhứt Thiết Nghiệp Chướng Căn Bổn Đắc Sanh Tịnh Độ Đà Ra Ni

Nam mô A di đa bà dạ. Đa tha già đa dạ. Đa điệt dạ tha. A di rị đô bà tỳ. A di rị đa tất đam bà tỳ, a di rị đa, tỳ can lan đế. A di rị đa, tỳ can lan đa. Dà di nị, già dà na. Chỉ đa ca lệ, Ta bà ha. *(3 lần)*

A Di Đà Phật thân kim sắc,
Tướng hảo quang minh vô đẳng luân,
Bạch hào uyển chuyển ngũ Tu Di,
Hám mục trừng thanh tứ đại hải,
Quang trung hóa Phật vô số ức,
Hóa Bồ Tát chúng diệc vô biên,
Tứ thập bát nguyện độ chúng sanh,
Cửu phẩm hàm linh đăng bỉ ngạn.

Nam mô Tây Phương Cực Lạc Thế giới, Đại từ, Đại bi A Di Đà Phật.

Nam mô A Di Đà Phật. *(108 lần)*

Nam mô Quán Thế Âm Bồ Tát. *(10 lần)*

Nam mô Đại Thế Chí Bồ Tát. *(10 lần)*

Nam mô Địa Tạng Vương Bồ Tát. *(10 lần)*

Nam mô Thanh Tịnh Đại Hải Chúng Bồ Tát. *(10 lần)*

Sám thập phương

Thập phương tam thế Phật
A Di Đà đệ nhứt,
Cửu phẩm độ chúng sanh,
Oai đức vô cùng cực,
Ngã kim đại quy y.
Sám hối tam nghiệp tội,
Phàm hữu chư phước thiện,
Chí tâm dụng hồi hướng.
Nguyện đồng niệm Phật nhơn
Cảm ứng tùy thời hiện,
Lâm chung Tây phương cảnh,
Phân minh tại mục tiền,
Kiến văn giai tinh tấn,
Đồng sanh Cực Lạc quốc,

Kiến Phật liễu sanh tử,

Như Phật độ nhứt thiết.

Vô biên phiền não đoạn

Vô lượng pháp môn tu

Thệ nguyện độ chúng sanh

Tổng giai thành Phật đạo.

Hư không hữu tận,

Ngã nguyện vô cùng,

Tình dữ vô tình,

Đồng viên chủng trí.

Nhứt giả lễ kính chư Phật,

Nhị giả xưng tán Như Lai,

Tam giả quảng tu cúng dường,

Tứ giả sám hối nghiệp chướng,

Ngũ giả tùy hỷ công đức,

Lục giả thỉnh chuyển pháp luân,

Thất giả thỉnh Phật trụ thế,

Bát giả thường tùy Phật học,

Cửu giả hằng thuận chúng sanh,

Thập giả phổ giai hồi hướng.

Sám mười phương (nghĩa)

Mười phương chư Phật ba đời,
Di Đà bậc nhứt chẳng rời quần sanh,
Sen vàng chín phẩm sẵn dành,
Oai linh đức cả đã thành vô biên!
Nay con dâng tấm lòng thiền
Quy y với Phật, sám liền tội căn,
Phước lành con có chi chăng,
Ít nhiều quyết cũng nguyện rằng về Tây.
Nguyện cùng với bạn tu đây,
Tùy thời cảm ứng hiện ngay điềm lành,
Biết giờ, biết khắc rõ rành,
Lâm chung tạn mặt cảnh lành Tây phương.
Thấy nghe chánh niệm hơn thường,

Vãng sanh Lạc quốc đồng nương hoa vàng,
Hoa nở thấy Phật rõ ràng,
Thoát vòng sanh tử, độ an muôn loài.
Phiền não vô tận, thệ dứt trừ,
Pháp môn tu học, chẳng còn dư,
Chúng sanh nguyện độ, bờ kia đến,
Phật đạo cùng nhau chứng trí như.
Hư không cõi nọ dẫu cùng,
Nguyện con còn mãi chẳng cùng chẳng thiên.
Không tình cùng có đồng nguyền,
Trí mầu của Phật đồng viên đồng thành.

Sám Phổ Hiền

Nay con lại nguyện tu hành,
Phổ Hiền nguyện lớn sẵn dành mười môn:
Một, là nguyện lạy Thế Tôn,
Hiện thân trước Phật hết lòng kính tin.
Hai, khen Phật đức rộng thinh,
Lời hay, tiếng tốt tận tình ngợi ca.
Ba, thời sắm đủ hương hoa,
Tràng phan bảo cái dâng ra cúng dường.
Bốn, vì mê chấp lầm đường
Tham sân nghiệp chướng con thường sám luôn.
Năm, suy công đức vàn muôn
Của phàm của Thánh con đồng vui ưa.

Sáu, khi Phật chứng Thượng thừa
Pháp mầu con thỉnh đã vừa truyền trao.
Bảy, lòng chẳng chút lãng xao,
Cầu xin chư Phật chớ vào Vô
dư! Tám, thường tu học Đại
thừa
Bao giờ bằng Phật mới vừa lòng con.
Chín, thề chẳng dám mỏi mòn,
Dắt dìu muôn loại đều tròn Pháp thân,
Mười, đem tất cả công huân,
Mọi loài cùng hưởng, khắp trần cùng
vui.
Mười điều nguyện lớn nguyện rồi,
Nguyện về Cực Lạc nguyện ngồi tòa sen.

Hồi hướng

Phúng Kinh công đức thù thắng hạnh
Vô biên thắng phước giai hồi hướng
Phổ nguyện pháp giới chư chúng sanh
Tốc vãng vô lượng quang Phật sát
Nguyện tiêu tam chướng trừ phiền não
Nguyện đắc trí huệ chơn minh liễu,
Phổ nguyện tội chướng tất tiêu trừ,
Thế thế thường hành Bồ Tát đạo,
Nguyện sanh Tây phương Tịnh độ trung,
Cửu phẩm liên hoa vi phụ mẫu,
Hoa khai kiến Phật ngộ Vô sanh,
Bất thối Bồ Tát vi bạn lữ.
Nguyện dĩ thử công đức
Phổ cập ư nhứt thiết
Ngã đẳng dữ chúng sanh
Giai cộng thành Phật đạo.

Phục nguyện

A Di Đà Phật thường lai hộ trì, linh ngã thiện căn, hiện tiền tăng tấn, bất thất tịnh nhơn. Lâm mạng chung thời, thân tâm chánh niệm, thị thính phân minh, diện phụng Di Đà, dữ chư Thánh chúng, thủ chấp kim đài, lai nghinh tiếp ngã, nhứt sát na khoảnh, sanh tại Phật tiền, cụ Bồ Tát đạo, quảng độ chúng sanh, đồng thành chủng trí.

Nam mô Tây Phương Cực Lạc Thế giới, Đại từ Đại bi A Di Đà Phật. *(1 lạy)*

Nam mô Tây Phương Cực Lạc Thế giới, Đại Bi Quán Thế Âm Bồ Tát, Đại Thế Chí Bồ Tát, Thanh Tịnh Đại Hải Chúng Bồ Tát.

(1 lạy)

Nam mô Tây Phương Cực Lạc Thế giới, Liên Trì Hải Hội Phật, Bồ Tát, nhứt thiết Hiền Thánh chúng chư Thượng Thiện Nhơn. *(1 lạy)*

Tam tự quy y

Tự quy y Phật, đương nguyện chúng sanh, thể giải Đại đạo, phát Vô thượng tâm. *(1 lạy)*

Tự quy y Pháp, đương nguyện chúng sanh, thâm nhập Kinh tạng trí huệ như hải. *(1 lạy)*

Tự quy y Tăng, đương nguyện chúng sanh, thống lý Đại chúng nhứt thiết vô ngại. *(1 lạy)*

www.ingramcontent.com/pod-product-compliance
Lightning Source LLC
LaVergne TN
LVHW050856051026
849532LV00006BA/2274